पुणे विद्यापीठाच्या द्वितीय वर्ष कला शाखेच्या (S. Y. B. A.) २०१४-१५च्या
सुधारित अभ्यासक्रमानुसार लिहिलेले क्रमिक पुस्तक
तसेच महाराष्ट्रातील इतर सर्व विद्यापीठांना उपयुक्त.

राजकीय सिद्धान्त आणि संकल्पना

Political Theory and Concept

I0557028

डॉ. नितीन बिरमल

डॉ. नीता बोकील

डॉ. वैशाली पवार

प्रा. अंकुश आवारे

डायमंड पब्लिकेशन्स

राजकीय सिद्धान्त आणि संकल्पना

डॉ. नितीन बिरमल, डॉ. नीता बोकील

डॉ. वैशाली पवार, प्रा. अंकुश आवरे

Rajkiya Siddhant ani Sankalpana

Dr. Niteen Birmal, Dr. Neeta Bokil

Dr. Vaishali Pawar, Prof. Ankush Aware

प्रथम आवृत्ती : जून २०१४

ISBN 978-81-8483-585-4

© डायमंड पब्लिकेशन्स

मुखपृष्ठ

शाम भालेकर

प्रकाशक

डायमंड पब्लिकेशन्स

२६४/३ शनिवार पेठ, ३०२ अनुग्रह अपार्टमेंट

ओंकारेश्वर मंदिराजवळ, पुणे–४११ ०३०

☎ ०२०–२४४५२३८७, २४४६६६४२

info@diamondbookspune.com

www.diamondbookspune.com

प्रमुख वितरक

डायमंड बुक डेपो

६६१ नारायण पेठ, अप्पा बळवंत चौक

पुणे–४११ ०३० ☎ ०२०–२४४८०६७७

प्रस्तावना

एस.वाय.बी.ए. च्या जनरल राज्यशास्त्र विषयासाठी (जी-२) 'राजकीय सिद्धान्त आणि संकल्पना' हा नवीन अभ्यासक्रम २०१४ पासून आहे. 'राजकीय सिद्धान्त आणि संकल्पना' हा विषय राज्यशास्त्राचा मध्यवर्ती आशय आहे. जनरल टप्प्यावर हा विषय थोडा कठीण आहे. परंतु या पुस्तकात सिद्धान्त व संकल्पना सोप्या करून मांडलेल्या आहेत. सुलभीकरण केल्यामुळे त्यांचा आशय कमी झाला नाही. केवळ विषय समजण्यासाठी सूत्ररूपामध्ये मांडला आहे. डॉ. नितीन बिरमल, डॉ. नीता बोकील, डॉ. वैशाली पवार व प्रा. अंकुश आवारे यांनी पुस्तकातील प्रकरणे लिहिली आहेत. हे टीम वर्क या स्वरूपातील काम आहे. चारही लेखक अनुभवी व विशेषतज्ज्ञ आहेत. त्यांचा शिकविण्याचा अनुभव प्रदीर्घ आहे. ग्रामीण-शहरी विद्यार्थ्यांची पार्श्वभूमी लक्षात घेऊन पुस्तकात मांडणी केली आहे. या शिवाय राज्यशास्त्र विषयाच्या खेरीजच्या जनरल पातळीवरील विद्यार्थ्यांना हा अभ्यासक्रम समजेल, असे हे पुस्तक आहे. या पुस्तकामधून विद्यार्थ्यांना विषयाचे ज्ञान आणि कौशल्य मिळणार आहेत. शिवाय समकालीन संदर्भातील ज्ञान देण्याचा प्रयत्न केला आहे. त्यामुळे एस.वाय.बी.ए.च्या विद्यार्थ्यांचा ज्ञान व्यवहार सोपा व सुखकर होईल. तसेच शिक्षणाचा आनंद मिळेल असे हे पुस्तक आहे. असे वेगळ्या पद्धतीचे अभ्यास साहित्य छापण्याची जबाबदारी डायमंड पब्लिकेशन्सचे श्री. दत्तात्रेय पाष्टे यांनी घेतली त्याबद्दल आम्ही त्यांचेही आभारी आहोत.

डॉ. नितीन बिरमल, डॉ. वैशाली पवार
डॉ. नीता बोकील, प्रा. अंकुश आवारे

लेखक–परिचय

- **डॉ. नितीन बिरमल** – डॉ. आंबेडकर महाविद्यालय, येरवडा, पुणे येथे गेली २० वर्षे राज्यशास्त्र विषयाचे सहयोगी प्राध्यापक म्हणून कार्यरत आहेत.

- **डॉ. नीता बोकील** – एच.व्ही. देसाई कॉलेज, पुणे येथे गेली २० वर्षे राज्यशास्त्र विषयाचे सहयोगी प्राध्यापक म्हणून कार्यरत आहेत.

- **डॉ. वैशाली पवार** – श्री. शाहू मंदिर महाविद्यालय, पर्वती, पुणे येथे गेली ८ वर्षे राज्यशास्त्र विषयाचे साहाय्यक प्राध्यापक म्हणून कार्यरत आहेत.

- **प्रा. अंकुश आवारे** – प्रेमराज सारडा महाविद्यालय, अहमदनगर येथे गेली ५ वर्षे राज्यशास्त्र विषयाचे साहाय्यक प्राध्यापक म्हणून कार्यरत आहेत.

अनुक्रम

प्रकरण पहिले

राजकीय सिद्धान्ताची ओळख
(Introducing Political Theory)

अ) व्याख्या, स्वरूप आणि व्याप्ती
(Definitions, Nature and Scope)

ब) राजकीय सिद्धान्ताची परंपरा : उदारमतवादी आणि पुराणमतवादी
(Traditions of Political Theory : Liberal and Conservative)

अ) राजकीय सिद्धान्त : व्याख्या, स्वरूप, व्याप्ती

प्रस्तावना

राजकीय सिद्धान्त ही राज्यशास्त्राची एक उपशाखा आहे. राजकीय सिद्धान्त ही ज्ञानशाखा वैज्ञानिक आहे. राजकीय सिद्धान्तामध्ये सर्वसाधारण नियम असतात. सर्वसाधारण नियमाच्या मदतीने राजकीय व्यवहारांचे स्पष्टीकरण करण्यास मदत होते. राजकीय सिद्धान्त ही ज्ञान निर्मिती असते. राजकीय सिद्धान्ताची निर्मिती करण्यातून राज्यशास्त्रास वैज्ञानिक आणि शास्त्रीय स्वरूप प्राप्त होते. राजकीय घडामोडी राजकीय माहितीचे स्पष्टीकरण करण्यासाठी सर्वसाधारण नियमांचे महत्त्व जास्त असते; अशा राजकीय सिद्धान्ताची व्याख्या, स्वरूप आणि व्याप्ती हा अभ्यासाचा एक महत्त्वाचा मुद्दा आहे.

व्याख्या

१) **सेबाइनच्या मते,** राजकीय प्रश्नांचा शिस्तबद्ध शोध म्हणजे राजकीय सिद्धान्त होय.

२) **ॲड्र्यू हॅकर यांच्या मते,** ज्या तत्त्वज्ञानात्मक व शास्त्रीय ज्ञानाच्या संकलनामुळे

मग ते केव्हाही व कुठेही केलेले असो आम्ही आज राहत असलेल्या व उद्याही राहणार असलेल्या जगाविषयी आपली समजूत वाढते त्यास राजकीय सिद्धान्त असे म्हणतात.

३) **कोकर यांच्या मते,** जनतेच्या गरजा, इच्छा व मते विचारात घेऊन शासनसंस्थांचा अभ्यास जेथे केला जातो त्यास राजकीय सिद्धान्त असे म्हणतात.

४) **जामिना यांच्या मते,** सामाजिक, राजकीय तत्त्वांचा टीकात्मक, परीक्षणात्मक अभ्यास म्हणजे राजकीय सिद्धान्त होय.

५) राजकीय सिद्धान्त म्हणजे राजकीय घटनांविषयीचे पद्धतशीरपणे ज्ञान होय.

अर्थ

Political Theory या इंग्रजी शब्दाचे मराठी भाषांतर म्हणजे 'राजकीय सिद्धान्त' होय. ग्रीक शब्द थिअ यापासून थिअरी हा शब्द तयार झाला. थिआ या शब्दाचा ग्रीक भाषेतील अर्थ चष्मा असा होतो म्हणजे थिअरी; म्हणजे वस्तुस्थितीकडे पाहण्याचा विशिष्ट चष्मा म्हणजे दृष्टिकोन होय. आपले ज्ञान हे तथ्यावर आधारलेले असले पाहिजे हा शास्त्राचा निकष आहे. आपण आपल्याभोवतालच्या जगामध्ये अनेक तथ्ये पाहत असतो. तथ्यांचा सुट्टा-सुट्टा विचार केला तर त्याचे आकलन होऊ शकत नाही. तथ्यांमधील आंतरसंबंध समजून घ्यावे लागतात. तथ्यांमधील आंतरसंबंधाची मांडणी करणे ही सिद्धान्त निर्मितीची प्रक्रिया आहे. सर्वच सामाजिक शास्त्रे तसेच आधुनिक राज्यशास्त्रामध्ये आज सिद्धान्त निर्मितीवर भर दिला जात आहे. वेगवेगळ्या व नवीन अभ्यासपद्धतींचा वापर करून तथ्य गोळा करणे नंतर त्यामधील आंतरसंबंध शोधणे, त्यातील वारंवारिता शोधणे व त्याआधारे नियमांची निर्मिती करणे.

आपल्या भोवताली घडणाऱ्या घटनांचे वस्तुनिष्ठ वर्णन करता येत नाही कारण प्रत्येक घटनेत अनेक तपशील किंवा बाजू असतात आपण वर्णन करण्यासाठी कोणते तपशील निवडावेत हे निरीक्षकाच्या आवडीवरती अवलंबून असते. याअर्थाने निरीक्षक निवड करतो, तथ्यांची क्रमवारी लावून त्याची वर्गवारी करतो. तसेच अनेक घटकांना योग्य किंवा अयोग्य ठरवितो या अर्थाने सिद्धान्त ही संदर्भचौकट असते.

सिद्धान्त निर्मिती ही पद्धतशीरपणे प्रश्न विचारण्याची व उत्तर शोधण्याची प्रक्रिया असल्याने ज्ञानप्राप्तीसाठी उपयुक्त ठरते. याचाच अर्थ राजकीय सिद्धान्त ज्ञाननिर्मिती करतात. तसेच संशोधनाला योग्य दिशा सिद्धान्तामुळे मिळते. तथ्यांना जोडणे, कोणती तथ्ये योग्य हे ठरविणे व सामाजिक घडामोडींचे पूर्वकथन सिद्धान्ताच्या आधारे करता येते.

थोडक्यात, राज्यशास्त्राचा शास्त्रीय अभ्यास करण्यासाठी सिद्धान्तनिर्मिती गरजेची असते. आपले ज्ञान तथ्यावर आधारलेले असणे, तथ्यांमधील आंतरसंबंध समजून घेणे, त्यांच्या अनेक बाजूंचा विचार करणे, तथ्याची वर्गवारी करणे, सिद्धान्ताला संदर्भ चौकट असते व ज्ञानप्राप्तीसाठी, तसेच संशोधनाला योग्य दिशा देणे यासारखे राजकीय सिद्धान्ताचे विविध अर्थ सांगता येतात.

स्वरूप (Nature)

राजकीय सिद्धान्ताचे स्वरूप प्रामुख्याने तीन घटकांच्या आधारे स्पष्ट करता येते.

१) वस्तुनिष्ठता

सेबाइन या विचारवंताच्या मते, कोणताही राजकीय सिद्धान्त हा वस्तुनिष्ठ असतो. याचा अर्थ ज्या घडामोडींनी तो सिद्धान्त जन्माला घातला त्या घडामोडींचे वस्तुनिष्ठ विश्लेषण राजकीय सिद्धान्तात असते.

२) कार्यकारणसंबंध

राजकीय सिद्धान्तात कार्यकारणसंबंध असतो याचा अर्थ घडामोडींचे विवरण केलेले असते.

३) मूल्यमापनात्मक

राजकीय सिद्धान्तात मूल्यमापनात्मक भाग असतो. याचा अर्थ विशिष्ट एक घटना किंवा गोष्ट घडावी किंवा घडणे योग्य होईल असे म्हटलेले असते. तसेच सिद्धान्त योग्य की अयोग्य, चूक की बरोबर, विश्वसनीय की अविश्वसनीय हे तपासता येते.

सामाजिक व राजकीय पेचप्रसंगातून राजकीय सिद्धान्ताचा उदय होतो. उदा. प्लेटो, ॲरिस्टॉटल, हॉब्ज, लॉक यांनी निर्माण झालेल्या परिस्थितीतून बाहेर पडण्यासाठी सिद्धान्ताची निर्मिती केली. राजकीय सिद्धान्त दोन पद्धतीने भूमिका पार पाडतात. एक भूमिका म्हणजे ते विचारांची मांडणी करतात तर दुसरी भूमिका म्हणजे ते लोकांना, त्यांच्या भावनांना प्रेरित करतात. तसेच सिद्धान्त निर्माता कोण आहे? त्याचे वर्गीय हितसंबंध कोणते आहेत? त्याचा सिद्धान्त निर्मितीमागील हेतू काय आहे? या सर्व प्रश्नांच्या उत्तरांमधून देखील राजकीय सिद्धान्ताचे स्वरूप स्पष्ट होते.

याशिवाय जॉर्ज कॅटलिन यांनी राजकीय सिद्धान्ताचे स्वरूप खालीलप्रमाणे स्पष्ट केले आहे.

१) राजकीय तत्त्वज्ञान : जॉर्ज कॅटलिन यांच्या मते, राजकीय सिद्धान्त व

राजकीय तत्त्वज्ञान परस्परांशी संबंधित आहेत. राजकीय तत्त्वज्ञान राजकीय सिद्धान्ताचे महत्त्वाचे तत्त्व आहे. राजकीय तत्त्वज्ञान मूल्यांशी संबंधित असते. राज्यशास्त्रातील नैतिक प्रश्नांची उत्तरे शोधणे व राजकीय घटकांच्या परस्परसंबंधाचे तात्त्विक परीक्षण करून त्यांच्यात तांत्रिक सुसंगता आणणे हे राजकीय तत्त्वज्ञानाचे ध्येय असते. राजकीय व्यवहार कसा चालावा, त्याचे कोणते ध्येय असावे, समाजाचे राजकीय आदर्श कोणते असावेत, याचा विचार करणे तसेच राजकीय संकल्पनांचे तार्किक विश्लेषण करणे हा राजकीय तत्त्वज्ञानाचा उद्देश असतो.

२) **राजकीय विचार :** राजकीय सिद्धान्तामध्ये राजकीय विचारांनी महत्त्वाची भर घातली आहे. महत्त्वाच्या राजकीय विचारवंतांनी मांडलेल्या विचारांचा तसेच विचारप्रणाली व संकल्पनांचा अभ्यास केला जातो. राजकीय विचारांमधून राजकीय सिद्धान्ताची निर्मिती होते.

३) **राज्यशास्त्र :** राज्यशास्त्रात राजकारणाचा, राजकीय घडामोडींचा, शासनसंस्थांचा अभ्यास केला जातो. राजकीय सिद्धान्त ही राज्यशास्त्राची उपविद्याशाखा आहे. राज्यशास्त्रामध्ये राजकीय सिद्धान्ताचा अभ्यास केला जातो. तसेच सिद्धान्त निर्मितीवर भर दिला जातो. अशाप्रकारे राजकीय सिद्धान्ताचे स्वरूप स्पष्ट करता येते.

व्याप्ती

राजकारणाच्या विविध बाजूंचा किंवा अंगांचा अभ्यास राजकीय सिद्धान्तात केला जातो. राजकारणाचा संबंध मानवाच्या सार्वजनिक जीवनाशी असतो. राजकीय व्यवस्थेचा संबंध संपूर्ण समाजाशी येत असतो. सर्वांसाठीच कायदे तयार केले जातात. सर्वांचे अधिकार, कर्तव्ये, जबाबदाऱ्या निश्चित केल्या जातात. सार्वजनिक जीवन अधिक आनंदी व सुखमय करण्यासाठी उपाययोजना केल्या जातात. नियम सार्वजनिक जीवनावर परिणाम करीत असतात. नियम किंवा निर्णय घेणारी प्रक्रिया कोणती आहे, तसेच कोणत्या नियमांचे पालन झाले पाहिजे याला राजकीय सिद्धान्तामध्ये महत्त्वाचे स्थान असते. या पृथ्वीतलावरील मनुष्य हा असा एकमेव प्राणी आहे की जो आपले जीवन अधिक चांगले करण्याचा प्रयत्न करतो त्यासाठी समाजव्यवस्था निर्माण करतो, परंतु कोणतीही समाजव्यवस्था अचूक असूच शकत नाही; त्यामुळे तिची समीक्षा सुरू होते. यावरती उपाय म्हणून नवे विचार मांडले जातात. यातूनच राजकीय सिद्धान्ताची निर्मिती होते. वर्णन, समीक्षा व पुनर्निर्माण ही राजकीय सिद्धान्ताची महत्त्वाची तीन कार्ये असतात. यापैकी वर्णन हे राज्यशास्त्रामध्ये तर समीक्षा व पुनर्निर्माण हे राजकीय तत्त्वज्ञानामध्ये समाविष्ट होते. त्यामुळे राज्यशास्त्र व राजकीय तत्त्वज्ञान ही राजकीय सिद्धान्ताची महत्त्वाची दोन अंगे आहेत.

राजकीय सिद्धान्ताची व्याप्ती

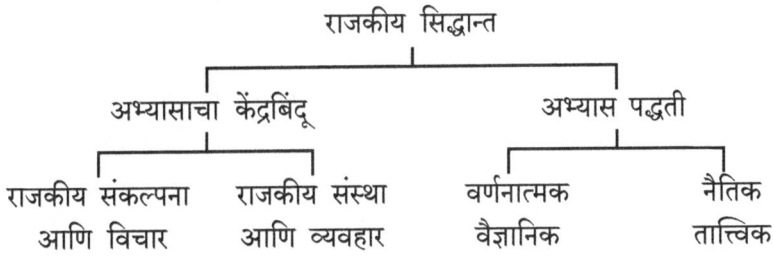

- राजकीय सिद्धान्त
  - अभ्यासाचा केंद्रबिंदू
    - राजकीय संकल्पना आणि विचार
    - राजकीय संस्था आणि व्यवहार
  - अभ्यास पद्धती
    - वर्णनात्मक वैज्ञानिक
    - नैतिक तात्त्विक

१) अभ्यासाचा केंद्रबिंदू

राजकीय सिद्धान्ताच्या अभ्यासाचा केंद्रबिंदू काय आहे? यावर राजकीय सिद्धान्ताची व्याप्ती आधारलेली असते. राजकीय सिद्धान्ताच्या अभ्यासाचा केंद्रबिंदू मुख्यत: राजकीय संकल्पना आणि विचार तसेच राजकीय संस्था आणि व्यवहार हा आहे.

२) अभ्यास पद्धती

राजकीय सिद्धान्ताच्या व्याप्तीमध्ये अभ्यासाचा केंद्रबिंदू म्हणजे राजकीय संकल्पना आणि विचार तसेच राजकीय संस्था आणि व्यवहार याचा शास्त्रीय पद्धतीने अभ्यास करण्यासाठी कोणत्या अभ्यासपद्धतीचा वापर केलेला आहे याचा समावेश होतो. आधुनिक काळामध्ये राजकारणाचा वैज्ञानिक पद्धतीने अभ्यास केला जात आहे. राजकीय सिद्धान्तात राजकीय जीवनासंबंधीच्या वेगवेगळ्या शोधांचा अभ्यास करण्यासाठी उपयुक्त पद्धतीची निवड व प्रयोग यांचा विचार केला जातो. राजकीय संस्था, राजकीय वर्तन, राजकीय व्यवहार यांचा अभ्यास करण्यासाठी वर्णनात्मक व वैज्ञानिक अभ्यासपद्धतीचा वापर केला जात आहे. वैज्ञानिक अभ्यासपद्धतीमध्ये वस्तुस्थिती व तथ्य यावरती लक्ष देऊन त्यामधील परस्परसंबंधाचा शोध घेतला जातो. तथ्यांचे निरीक्षण व नियमांचे विश्लेषण केले जाते; वस्तुस्थितीचे यर्थाथ ज्ञान करून घेतले जाते. या पद्धतीने आधुनिक काळात राजकारणाचा अभ्यास केला जातो; तर राजकीय संकल्पना व विचारांच्या अभ्यासासाठी नैतिक व तात्त्विक अभ्यासपद्धतींचा वापर केला जातो. ही पद्धत मानवी जीवनाच्या टप्प्यांचा अभ्यास करते; कोणत्या टप्प्यांवर काय व्हायला पाहिजे यावर भर देते. मानवी जीवनाचा हेतू, ध्येये, आदर्श निश्चित केले जातात. प्रचलित मूल्यांची समीक्षा व नव्या मूल्यांची निर्मिती केली जाते. तसेच मानवी जीवनातील गुंतागुंत समजून घेण्यासाठी मूलभूत संकल्पना निर्माण केल्या जातात. ज्या गोष्टी निरीक्षण करता येत नाहीत त्या समजून घेण्यासाठी विचारप्रणालीची निर्मिती केली जाते.

याशिवाय सामाजिक घडामोडींतून राजकीय सिद्धान्त निर्माण होतात. तसेच सिद्धान्त घडामोडींना दिशा देतात. तसेच राजकीय सिद्धान्त हे समाजाच्या गरजेतून निर्माण होतात. लोक त्याचा स्वीकार करतात. सामाजिक, राजकीय परिवर्तन राजकीय सिद्धान्तामुळे घडून येते. माणसाला जगण्यासाठी विज्ञान व कला जशी गरजेची असते त्याप्रमाणे राजकीय सिद्धान्तदेखील गरजेचा असतो ज्या प्रमाणात समाज विकसित झाला त्याप्रमाणात मानवाने राजकीय सिद्धान्त निर्माण केले. व्यवहारातून सिद्धान्त चुकीचा आहे हे लक्षात आल्यानंतर तेवढ्यापुरता सिद्धान्तात बदल केला जातो. बदललेल्या सिद्धान्तानुसार व्यवहार सुरू राहतो. याचा अर्थ सिद्धान्त व व्यवहार यांच्यामध्ये अत्यंत निकटचा संबंध असतो. सिद्धान्त चळवळींना मार्गदर्शन करतात. क्रांतिकारी सिद्धान्ताशिवाय क्रांतिकारी चळवळ होऊ शकत नाही. राजकीय जीवनाचे प्रश्न ओळखणे, त्याचे विश्लेषण करणे हे राजकीय सिद्धान्ताचे कार्य आहे. राजकारणाला ज्ञानाचा पाया देण्याचे काम राजकीय सिद्धान्त करतो. राजकीय सिद्धान्त लोकांना त्याच्या ध्येयापर्यंत जाण्याचा मार्ग दाखवितो. राजकीय सिद्धान्ताच्या त्या सर्व कार्यामुळे राजकीय सिद्धान्ताची व्याप्ती व्यापक होत आहे.

सारांश

ज्या तत्त्वज्ञानात्मक व शास्त्रीय ज्ञानामुळे आपण राहत असलेल्या जगाविषयीची आपली समजूत वाढते त्यास 'राजकीय सिद्धान्त' म्हणतात. माणसाने आपल्या सामाजिक जीवनाचे व संघटनेचे प्रश्न समजून घेण्याचा व सोडविण्याचा प्रयत्न राजकीय सिद्धान्तामार्फत केलेला दिसतो तसेच राजकीय प्रश्नांचा शिस्तबद्ध शोध राजकीय सिद्धान्त घेते. राजकीय सिद्धान्त समाजाच्या गरजेतून निर्माण होतात. सिद्धान्त व व्यवहार यांचा जवळचा संबंध असतो. सिद्धान्तामुळेच क्रांतिकारी चळवळ उदयाला येते. अशाप्रकारे राजकीय सिद्धान्ताची व्याख्या, अर्थ, स्वरूप व व्याप्ती स्पष्ट करता येते.

ब) राजकीय सिद्धान्ताची परंपरा : उदारमतवादी आणि पुराणमतवादी

प्रस्तावना

राजकीय सिद्धान्त म्हणजे राजकीय प्रश्नांचा शिस्तबद्ध शोध होय. राजकीय सिद्धान्ताचे आकलन व स्पष्टीकरण करण्याच्या अनेक परंपरा आहेत. एखादा अभ्यासक, संशोधक प्रश्नांची निवड कोणत्या दृष्टीने करतो, त्या प्रश्नांची उत्तरे शोधताना कोणती साधने वापरतो, आपले निष्कर्ष कोणत्या निकषांवर मांडतो, यावर त्याची परंपरा किंवा दृष्टिकोन आधारलेला असतो. राजकीय सिद्धान्ताचा अभ्यास करणाऱ्या अभ्यासकांनी विविध दृष्टिकोन अंमलात आणले आहेत. तत्त्वज्ञानात्मक, ऐतिहासिक, वैधानिक,

संस्थात्मक, समाजशास्त्रीय, मानसशास्त्रीय, आर्थिक, वर्तनवादी, मार्क्सवादी, उदारमतवादी, पुराणमतवादी असे विविध दृष्टिकोन किंवा परंपरा आहेत यापैकी आपण येथे उदारमतवादी व पुराणमतवादी परंपरांचा विचार करणार आहोत.

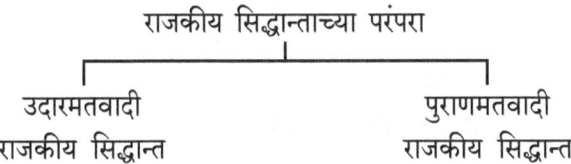

राजकीय सिद्धान्ताच्या परंपरा

| उदारमतवादी | पुराणमतवादी |
| राजकीय सिद्धान्त | राजकीय सिद्धान्त |

उदारमतवादी राजकीय परंपरा

उदारमतवादी राजकीय सिद्धान्त सामाजिक व राजकीय व्यवस्थांचा विरोधातून विकसित होत गेला आहे. व्यक्तिस्वातंत्र्यास सर्वोच्च मूल्य मानणारी व व्यक्तीस जास्तीत जास्त स्वातंत्र्य मिळेल अशा रीतीने समाजाचे संघटन करणे हे मूलभूत ध्येय मानणारी विचारप्रणाली म्हणजे उदारमतवाद होय. उदारमतवादी सिद्धान्ताचे वर्गीकरण तीन प्रकारे करता येते.

१) पारंपरिक उदारमतवादी सिद्धान्त
२) आधुनिक उदारमतवादी सिद्धान्त
३) समकालीन उदारमतवादी सिद्धान्त

१) पारंपरिक उदारमतवादी सिद्धान्त : पारंपरिक उदारमतवादी सिद्धान्त जॉन लॉक, ॲडम स्मिथ आणि थॉमस पेन यांच्या विचारांमध्ये दिसून येतो. या पारंपरिक उदारमतवादी सिद्धान्ताची वैशिष्ट्ये पुढीलप्रमाणे –

१) मर्यादित शासन
२) कायद्याचे राज्य
३) खाजगी मालमत्तेच्या संरक्षणाची हमी
४) व्यक्तिगत करार स्वातंत्र्य

२) आधुनिक उदारमतवादी सिद्धान्त : कांट, टी.एच. ग्रीन, जॉन स्टुअर्ट मिल या विचारवंतांच्या विचारांमध्ये आधुनिक उदारमतवादी सिद्धान्ताची तत्त्वे दिसून येतात.

आधुनिक उदारमतवादी सिद्धान्ताची वैशिष्ट्ये पुढीलप्रमाणे –

१) निरंकुश सत्तेला विरोध
२) राजकीय अधिसत्तेवरील अविश्वास

३) व्यक्तीच्या स्वातंत्र्याचे पूर्ण समर्थन

४) कायद्याचे राज्य व कायद्यासमोर समानता

५) जबाबदार शासन

६) विचार, भाषण, लेखन, संघटन व धर्म स्वातंत्र्य

७) व्यवसाय स्वातंत्र्य व समान संधीचे तत्त्व

८) आर्थिक स्वातंत्र्य

९) अधिकारवादी कुटुंबास विरोध

१०) राष्ट्रीय स्वातंत्र्य

११) परकीय हस्तक्षेपास विरोध

१२) राजकीय स्वातंत्र्य

१३) जनतेचे सार्वभौमत्व

१४) प्रौढ मताधिकाद्वारे खुल्या निवडणुकात निवडून आलेले शासन

३) समकालीन उदारमतवादी सिद्धान्त : समकालीन उदरमतवादी सिद्धान्तावर जॉन रॉल्स या विचारवंताचा सर्वांत जास्त प्रभाव होता. जॉन रॉल्स यांनी अ थेअरी ऑफ जस्टीस (१९७१) आणि पोलिटिकल लिबरलीझम (१९९३) या दोन ग्रंथांमध्ये समकालीन उदारमतवादी सिद्धान्ताची वैशिष्ट्ये मांडली आहेत. जॉन रॉल्सने, जॉन लॉकच्या व रुसोच्या सामाजिक करार सिद्धान्ताचे पुनरुज्जीवन केले तसेच जॉन स्टुअर्ट मिलच्या स्वातंत्र्यासंबंधीच्या विचारांचे समर्थन केले. त्याने सांगितलेली समकालीन उदारमतवादाची वैशिष्ट्ये पुढीलप्रमाणे –

१) राज्यात सर्वांना मत स्वातंत्र्य.

२) भाषण स्वातंत्र्य.

३) धर्म स्वातंत्र्य.

४) संघटना स्वातंत्र्य.

५) समाजातील दुर्बल घटकांना चांगल्या जीवनाची हमी.

६) भौतिक सुखाच्या प्राप्तीसाठी स्वातंत्र्याचा बळी देणे योग्य नाही.

पुराणमतवादी परंपरा

पुराणमतवादी हा शब्दप्रयोग राजकीय पक्षांसाठी वापरला जातो. त्यांची विचारप्रणाली आणि सिद्धान्त पुराणमतवादी म्हणून ओळखले जातात. ब्रिटनमध्ये पुराणमतवादी पक्ष आहे. तसेच कॅनडामध्ये देखील पुराणमतवादी पक्ष आहेत. यातूनच पुराणमतवादी म्हणजे काय? असा सैद्धान्तिक प्रश्न तयार होतो. पुराणमतवादाच्या

संकल्पनेत परिवर्तन विरोधी भूमिका घेतलेली असते. प्रागतिक सिद्धान्ताच्या विरोधी प्रतिगामी असे पुराणमतवादाचे स्वरूप असते. डेव्हिड हूम (१७११-७६), एडमंड बर्क (१७२९-१७९७), मायकल ओकशॉट (१९०१-१९९०) आणि लिओ स्ट्रॉस (१८९९-१९७३) हे विचारवंत पुराणमतवादी राजकीय सिद्धान्तक होते. त्यांनी पुराणमतवादी राजकीय सिद्धान्ताची परंपरा निर्माण केली. पुराणमतवादी परंपरा किंवा सिद्धान्त राजकीय पक्ष व चळवळींमध्ये काम करीत असतो.

पुराणमतवादी-परंपरा दृष्टिकोनाची किंवा सिद्धान्ताची पायाभूत तत्त्वे

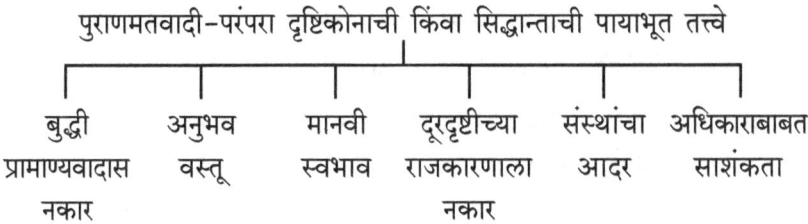

- बुद्धी प्रामाण्यवादास नकार
- अनुभव वस्तू
- मानवी स्वभाव
- दूरदृष्टीच्या राजकारणाला नकार
- संस्थांचा आदर
- अधिकाराबाबत साशंकता

१) बुद्धिप्रामाण्यवादास नकार (Rejection of Rationalism)

पुराणमतवाद हा बुद्धिप्रामाण्यवादाच्या विरोधी भूमिका घेतो. पुराणमतवाद परंपरागत मूल्यांचे समर्थन करतो. त्यामुळे तो सदसदविवेकबुद्धीची बाजू घेत नाही. त्यामुळे परंपरागत अस्मिता, परंपरागत हितसंबंध आणि परंपरागत सत्तावाटप या गोष्टी पुराणमतवादामध्ये मध्यवर्ती असतात. या गोष्टींना विरोध म्हणजे प्रागतिक स्वरूप येणे होय. त्यामुळे राजकीय क्षेत्रात परंपरागत मूल्यांना महत्त्व दिले जाते.

२) अनुभव वस्तू (Experience Matters)

अनुभव वस्तू हे पुराणमतवादाचे एक वैशिष्ट्य मानले जाते. प्रतिसाद हा भूतकाळात आलेल्या अनुभवाच्या आधारे दिला जातो त्यामुळे त्याचा संबंध वर्तमानाशी न येता भूतकाळाशी येतो त्यामुळे हे पुराणमतवादाचे वैशिष्ट्य ठरते.

३) मानवी स्वभाव (Human Nature)

मानवी वर्तन, मानवी क्षमता व मानवाच्या प्रेरणा यामधून मानवी स्वभाव तयार होतो. त्यामुळे मानवी स्वभाव हा पुराणमतवादाशी देखील संबंधित असतो. मनुष्याचा स्वभाव समाजात तयार होतो. सामाजिक संबंधातून मानवी मनामध्ये जाणिवा निर्माण होतात. त्यामुळे मनुष्याचा स्वभाव ही गोष्ट पुराणमतवादाचा एक आधारभूत घटक ठरते.

४) दूरदृष्टीच्या राजकारणाला नकार (Rejection of Visionary Politics)

दूरदृष्टीचे राजकारण हे प्रागतिक असते. दूरदृष्टीच्या राजकारणात क्रांतिकारी

गोष्टी असतात. त्यामुळे परंपरावादी विचार दूरदृष्टीच्या राजकारणाला नाकारतो. म्हणजेच क्रांतिकारी विचार स्वीकारत नाही.

५) संस्थांचा आदर (Respect for Institution)

पुराणमतवादी पारंपरिक संस्थांचा आदर करतात. त्यामुळे परंपरेतील सरंजामशाहीचा देखील आदर केला जातो. उदा. राजा, राजमुकूट अशी परंपरागत सत्तेची प्रतीके मानली जातात. कुटुंबसंस्था, धर्मसंस्था यांचे कायदे बंधनकारक मानले जातात. या पारंपरिक संस्थांमुळे व्यक्तिस्वातंत्र्य मान्य केले जात नाही. पारंपरिक संस्थांबद्दलचा आदर हा घटक पुराणमतवादाचा आधार ठरतो.

६) अधिकाराबाबत साशंकता (Suspicion of Authority)

पुराणमतवादी लोक अधिकाराबाबत साशंक असतात. इतर लोकांना अधिकार वापरता येतील का? याबद्दल साशंक असतात. सत्ता, अधिकार वापरण्याची क्षमता याबाबत आक्षेप हा मुद्दाच पुराणमतवादाचा आधार ठरतो. यामुळे सत्ता आणि अधिकार यांचे केंद्र परंपरागत जागीच राहते त्यामध्ये फेरबदल होत नाही.

सारांश

उदारमतवादी व पुराणमतवादी ह्या दोन राजकीय सिद्धान्ताच्या परंपरा आहेत. या परंपरा परस्पर विरोधी विचारांचा स्वीकार करणाऱ्या आहेत. उदारमतवादी परंपरा व्यक्तीला, व्यक्तीच्या स्वातंत्र्याला महत्त्वपूर्ण स्थान देते. पारंपरिक, आधुनिक व समकालीन उदारमतवादी परंपरा या उदारमतवादातील तीन परंपरा सांगता येतात. पुराणमतवादी परंपरा परिवर्तनाच्या विरोधी भूमिका घेते. बुद्धिवादाला विरोध करत ती परंपरा मूल्य, परंपरागत सत्तावाटप यांचा स्वीकार करते. दूरदृष्टीच्या राजकारणाला विरोध करत पारंपरिक संस्थांचा आदर केला जातो. अशाप्रकारे उदारमतवादी व पुराणमतवादी या राजकीय सिद्धान्ताच्या दोन परंपरा सांगता येतात.

_____

सराव प्रश्न

१) राजकीय सिद्धान्ताच्या व्याख्या सांगा.

२) राजकीय सिद्धान्ताचे स्वरूप स्पष्ट करा.

३) राजकीय सिद्धान्तांची व्याप्ती सांगा.

४) राजकीय सिद्धान्ताच्या व्याख्या सांगून स्वरूप व व्याप्ती स्पष्ट करा.

५) राजकीय सिद्धान्ताच्या परंपरा किंवा दृष्टिकोन स्पष्ट करा.

६) राजकीय सिद्धान्ताचा उदारमतवादी दृष्टिकोन किंवा परंपरा स्पष्ट करा.

७) राजकीय सिद्धान्ताचा पुराणमतवादी दृष्टिकोन किंवा परंपरा स्पष्ट करा.

प्रकरण दुसरे

राज्य
(State)

अ) व्याख्या, अर्थ व घटक
   (Definitions, Meaning and Elements)

ब) राज्यविषयक दृष्टिकोन : उदारमतवादी आणि मार्क्सवादी
   (Perspectives on State : Liberal, Marxist)

प्रस्तावना

'राज्य' ही आपल्या दैनंदिन व्यवहारांना प्रभावित करणारी एक संस्था आहे. जन्माच्या नोंदीपासून ते मृत्यूच्या नोंदीपर्यंत आपला राज्याशी संबंध येत असतो. जमिनीची खरेदी-विक्री, वाहन चालविण्याचा परवाना असो वा घराची नोंद करणे असो, या सर्वांसाठी आपल्याला राज्य या संस्थेशी संपर्क साधावा लागतो. राज्य आपल्याला काही गोष्टी करावयास भाग पाडते. जसे नवीन जमिनीच्या खरेदीची नोंदणी सरकारी कार्यालयात विशिष्ट रक्कम भरून करावी लागते त्याशिवाय त्या व्यवहाराला मान्यता मिळत नाही. तसेच राज्य आपल्याला काही गोष्टी करण्यापासून परावृत्त करते. दुसऱ्याची संपत्ती बळकाविण्यापासून किंवा एखाद्या व्यक्तीवर हल्ला करण्यापासून; गावातील तलाठी किंवा पोलीस यांच्या माध्यमातून राज्य या संस्थेशी सर्वसामान्य व्यक्तींचा संबंध येत असतो. राज्य आपल्या स्वातंत्र्याचे, संपत्तीचे आणि जीविताचे संरक्षण करते. त्या बदल्यात आपण राज्याने केलेले कायदे, नियम पाळतो.

राज्य म्हणजे काय?

मनुष्य हा समाजशील प्राणी आहे; तो समूहात राहतो. त्याने समूहात राहण्यासाठी अनेक सामाजिक संस्था निर्माण केल्या. मानवाची वाटचाल व्यक्ती, कुटुंब, समाज

आणि राज्य अशा क्रमाने होत गेली. मानवामध्ये सहकार्याबरोबर संघर्षही होण्याची शक्यता असते. हे संघर्ष नियंत्रित करण्यासाठी आणि त्याचे जीवन सुरळीत चालण्यासाठी राजकीय संघटनांची आवश्यकता होती; त्यातून मानवाच्या सार्वजनिक जीवन व्यवहारांचे नियमन (नियंत्रण) करण्यासाठी राज्य या संस्थेची निर्मिती झाली. व्यक्तींच्या वर्तनावर नियंत्रण ठेवण्यासाठी आणि तिच्या रक्षणासाठी पूर्वीपासून वेगवेगळ्या स्वरूपातील राजकीय संस्थांची निर्मिती झालेली आहे. आधुनिक काळातील या राजकीय संस्थेलाच **राज्य** (State) असे म्हणतात. ऐतिहासिक काळापासून राज्य ही संस्था वेगवेगळ्या स्वरूपात अस्तित्वात होती. आधुनिक काळात राज्याची निर्मिती साधारणत: १६४८ च्या वेस्टफालियन तहापासून झाली असे मानले जाते.

अ) व्याख्या, अर्थ व घटक

मॅक्स वेबर या समाजशास्त्रज्ञाने राज्याची व्याख्या पुढीलप्रमाणे केली, 'राज्य म्हणजे विशिष्ट भूप्रदेशात दंडात्मक कारवाई करण्याची आणि बळाचा वापर करण्याचा अधिमान्य एकाधिकार असलेलं संघटन होय.'

थोडक्यात, राज्य ही अशी एकमेव संस्था आहे की, जी विशिष्ट प्रदेशात बळाचा वापर करू शकते. या बळाचा वापर करण्याची तिला मुभा असते. हे राज्य या संस्थेचे सर्वांत महत्त्वाचे लक्षण आहे. वरील व्याख्येनुसार राज्य आणि इतर संस्थांमध्ये आपल्याला फरक करता येतो. राज्य हीदेखील इतर संस्थांसारखीच संरचना आहे परंतु तिचे वेगळेपण तिला दंडात्मक कारवाई करण्याच्या अधिकारामध्ये आहे. हा अधिकार राज्याला सक्तीने नाही तर अधिमान्य पद्धतीने मिळालेला असतो; म्हणजेच राज्य जी काही कारवाई करेल त्याला समाजाची मान्यता असते. विशिष्ट भूप्रदेशात राज्य दंडात्मक कारवाई करून कायदा आणि सुव्यवस्था राखण्याचे काम करत असते.

आर.एम.मॅक्लेव्हरच्या मते, 'राज्य आणि इतर सामाजिक संस्थांमधील मुख्य फरक म्हणजे राज्य हे विशिष्ट भूप्रदेशातील सर्व लोकांसाठी काम करते आणि तिथे सामाजिक सुव्यवस्था राखण्याची मुख्य जबाबदारी त्याची असते. ही सामाजिक सुव्यवस्था राखण्याचे काम राज्यशासन या यंत्रणेमार्फत करते. शासन कायद्याचा आधार घेऊन कायदा आणि सुव्यवस्था राखण्याचे काम करते.'

हेरॉल्ड लास्कीच्या मते, 'इतर सामाजिक संघटनांमध्ये व्यक्तीला सदस्यत्व ऐच्छिक असते. परंतु राज्य या संघटनेचे सदस्यत्व व्यक्तीवर बंधनकारक असते. राज्याच्या आज्ञा देखील त्याला पाळाव्याच लागतात.'

वरील व्याख्यांवरून लक्षात येते राज्य ही अशी संस्था आहे की, जिला विशिष्ट भूप्रदेशात राहणाऱ्या लोकांवर दंडात्मक कारवाई करण्याचा एकाधिकार प्राप्त झालेला आहे. लोकांना शिक्षा करण्याचा अधिकार इतर कोणत्याही संस्थांना नाही. राज्याचे नियम आणि कायदे पाळणे हे व्यक्तीवर बंधनकारक आहे. राज्य लोकांना शिक्षा देऊ शकते.

राज्य आणि शासनातील फरक

शासन हे राज्याच्या विविध संस्थांपैकी एक संस्था आहे. राज्य ही संकल्पना शासनापेक्षा अधिक व्यापक अर्थाने वापरली जाते. शासन हे राज्याच्यावतीने कार्य करीत असते. राज्याची अधिमान्यता शासनामागे असते. शासन हे राज्याचे प्रशासकीय अंग असते. उदा. भारतात नरेंद्र मोदींच्या नेतृत्वाखाली भाजपचे शासन काम करते. पाच वर्षांसाठी राज्यकारभार करण्यासाठी जनतेने मोदींना अधिमान्यता दिलेली आहे. शासन नोकरशाहीच्या माध्यमातून राज्याचा दैनंदिन कारभार चालवित असते. राज्य जोपर्यंत स्वतंत्र आहे तोपर्यंत प्रचलित पद्धतींनुसार (राज्यघटनेनुसार) शासनाची निवड होते.

राष्ट्र आणि राज्यातील फरक

राष्ट्र आणि राज्य या संकल्पनांमध्ये फरक आहे. आधुनिक काळात राज्यांना राष्ट्र-राज्य म्हणण्याचा प्रघात आहे. **राज्याच्या निर्मितीसाठी स्थायी लोकसंख्या, विशिष्ट भूप्रदेश, शासन आणि सार्वभौमत्वाची** आवश्यकता असते. तर **राष्ट्र ही संकल्पना भावनिक आणि मानसिक असते. समान वंश, भाषा, संस्कृती, समान राजकीय उद्दिष्ट्ये, समान ऐतिहासिक पार्श्वभूमी, वैशिष्ट्यपूर्ण भौगोलिक स्थान** यामुळे लोकांमध्ये एकीची भावना निर्माण होते; त्यातून राष्ट्रीयत्वाला चालना मिळते. लोकांमध्ये राष्ट्रवादाची भावना निर्माण होते. त्यातून 'राष्ट्र' निर्माण होते. वरील घटक जर एखाद्या राज्यात अस्तित्वात असले तर त्या राज्याला 'राष्ट्र' असे म्हणता येईल. याउलट, वरील घटकांशिवाय देखील राज्य अस्तित्वात असते. त्या राज्याला लोकांमध्ये राष्ट्रीयत्वाची भावना निर्माण करावी लागते; जगात फार कमी राष्ट्र-राज्ये आहेत; अनेक ठिकाणी एका राज्यात अनेक राष्ट्रे अस्तित्वात असलेली दिसतात; तर काही राष्ट्रांना स्वत:ची राज्ये नाहीत. उदा. १९४८ पूर्वी इस्रायल हा देश राज्य म्हणून अस्तित्वात नव्हता परंतु ज्यू लोकांनी समान भाषा, संस्कृती, इतिहासाच्या आधारे राष्ट्रीयत्वाची भावना तेवत ठेवली. १९४८ नंतर इस्रायलला स्वतंत्र भूमी, शासन, ज्यू लोकसंख्या आणि सार्वभौमत्व प्राप्त झाल्याने ते राज्य बनले. श्रीलंकेत सिंहली आणि तमिळ अशा दोन वंशांची लोकं राहतात. तमिळ वंशांच्या लोकांना स्वतंत्र देश हवा होता. श्रीलंकेत वरील दोन वंशांचे लोक दोन राष्ट्र म्हणून राहतात.

राज्याचे घटक

राज्याच्या विविध व्याख्या आहेत. परंतु कोणत्या संस्थेला राज्य म्हणावे यासाठी काही आवश्यक घटक आहेत. राज्य म्हणून मान्यता मिळण्यासाठी लोकसंख्या, भूप्रदेश, शासन आणि सार्वभौमत्व हे आवश्यक असतात.

१) लोकसंख्या

राज्य ही मानवाने स्वतःच्या सोयीसाठी निर्माण केलेली संस्था आहे. त्यामुळे मानवाशिवाय तिचे अस्तित्व असूच शकत नाही. राज्याच्या निर्मितीसाठी समान आर्थिक हितसंबंध आवश्यक असतात. लोक सामाजिकदृष्ट्या परस्परांवर अवलंबून असावे लागतात. व्यवस्थेने सर्वांसाठी केलेले नियम आणि संस्था त्यांना मान्य असाव्या लागतात. लोकसंख्या नसेल तर राज्याची निर्मितीच होऊ शकत नाही. आदर्श राज्यासाठी निश्चित अशी लोकसंख्या नाही. परंतु सर्वांच्या गरजा पूर्ण होतील इतपत नैसर्गिक साधनसंपत्ती असेल तर राज्य हे स्थिर राहू शकते. आर्थिक स्वयंपूर्णता ही राज्याच्या आरोग्यासाठी आवश्यक असते.

आधुनिक राज्यामध्ये लोकसंख्या ही एकाच वर्णाची, एकच भाषा बोलणारी किंवा समान सांस्कृतिक वारसा असलेली अशी असण्याची आवश्यकता नाही. विविधता असलेल्या लोकसंख्येचे देखील राज्य बनू शकते.

२) भूप्रदेश

भूप्रदेश हा राज्य निर्मितीसाठीचा दुसरा आवश्यक घटक आहे. राज्याव्यतिरिक्त इतर संस्थांना विशिष्ट भूप्रदेशाची आवश्यकता नसते. त्या राज्यांतर्गत किंवा राज्यांच्या बाहेरही त्यांचा प्रभाव असू शकतो. मात्र, राज्यासाठी निश्चित अशा भूप्रदेशाची आवश्यकता असते. जिथे त्या राज्याचा अंमल चालतो. भूप्रदेश नसेल तर राज्याची निर्मिती होऊच शकत नाही. १९४८ पर्यंत इस्रायल या देशाला भूप्रदेश नसल्याने ते केवळ राष्ट्र म्हणूनच अस्तित्वात होते. त्याचे राज्य होऊ शकले नाही. कुर्द या वंशाच्या लोकांना देखील स्वतंत्र भूप्रदेश नसल्याने त्यांचे राज्य अस्तित्वात आलेले नाही.

विशिष्ट भूप्रदेशात जर लोकसंख्या वसलेली नसेल तर राज्य ही संस्थाच अस्तित्वात येऊ शकत नाही. लोकांची विविध भूप्रदेशांत विभागणी झाल्यानेच राज्य ही संस्था उदयास आली. लोक जेव्हा भटके-विमुक्त जीवन जगत होते तेव्हा ते एकमेकांशी कुळाच्या नात्याने जोडले जात असत. परंतु, जेव्हा ते एका ठिकाणी स्थिर जीवन जगू लागले तेव्हा त्या भूप्रदेशात त्यांना हक्क मिळाले. त्यातून राज्याची निर्मिती झाली.

राज्याच्या भूप्रदेशात जमीन, पाणी आणि त्यावरील हवाई क्षेत्रांचा अंतर्भाव होतो. राज्याच्या भूप्रदेशात राज्य हे सार्वभौम असते. जमिनीतून त्यांना नैसर्गिक साधनसंपत्ती, खनिजे मिळतात. भूप्रदेश हा राज्यातील जनतेचा अत्यंत जिव्हाळ्याचा विषय असतो. लोक जमिनीशी जोडलेले असतात. भूप्रदेशाबद्दल लोकांना प्रेम असते. त्यासाठी ते बलिदान करण्यास देखील तयार असतात. राज्याबद्दल आदराची, प्रेमाची, त्यागाची भावना मातृभूमीच्या प्रेमामुळे लोकांमध्ये निर्माण होते. विविध धर्माच्या, वंशांच्या लोकांना भूमी एकत्र बांधून ठेवू शकते.

लोकसंख्येप्रमाणे राज्याचा विशिष्ट असा आकार नसतो. साधारणत: नद्या, पर्वत, सागर यामुळे राज्यांमध्ये विभागणी झाल्याचे दिसते. कधी कधी राजकीय कारणांमुळे देखील भूप्रदेशांची विभागणी होऊन राज्यांची निर्मिती होते. भारत आणि पाकिस्तान या देशांची विभागणी राजकीय कारणांमुळे झाली. या दोन देशांमध्ये भौगोलिकदृष्ट्या विभाजन करण्यासारखी परिस्थिती नव्हती. या दोन देशांमध्ये नैसर्गिक अडथळे नाहीत. दोन्ही देशांतील सीमारेषा या कृत्रिमरीत्या निश्चित केल्या गेलेल्या आहेत.

३) शासन

शासन हे राज्याच्या निर्मितीतील एक आवश्यक घटक आहे. राज्याच्या विविध संस्थांपैकी शासन ही एक महत्त्वाची संस्था आहे. शासनाशिवाय राज्य अस्तित्वात येऊ शकत नाही. राज्याची सत्ता ही शासनाच्या माध्यमातून चालविली जाते. शासन हे राज्याचे व्यक्तरूप आहे. राज्याच्या अस्तित्वाची जाणीव आपल्याला शासनाच्या माध्यमातून होत असते. राज्याचे कार्य शासनाच्या माध्यमातून चालते. राज्याच्या रक्षणाची आणि कायदा आणि सुव्यवस्था राखण्याची जबाबदारी शासनाची असते. विविध ध्येयधोरणांची अंमलबजावणी करण्याचे काम शासन करत असते. परकीय आक्रमणापासून रक्षण करण्याचे काम देखील शासनाला करावे लागते. नागरिकांच्या मूलभूत गरजा पूर्ण करण्याची जबाबदारी देखील शासनाची असते. शासन सक्षम आणि प्रभावी असेल तर राज्य प्रभावी बनते. शासन हे विभिन्न मानवी समूहांना एकत्रित ठेवण्याचे साधन आहे. दंडात्मक कारवाई करण्याचा अधिकारदेखील शासनालाच असतो. व्यक्तींचा राज्याशी संबंधदेखील शासनाच्या माध्यमातूनच येतो. दोन राज्यांमधील संबंधदेखील शासनच निश्चित करते. भारत आणि अमेरिका या दोन देशांमध्ये कशा स्वरूपाचे संबंध असतील हे त्या देशातील शासनंच ठरवित असतात.

शासनांची निर्मिती आणि बरखास्ती राज्याच्या प्रचलित नियमांनुसार होत असते. राज्यांच्या अस्तित्वावरच शासनाचं भवितव्य अवलंबून असते. परकीय

आक्रमणामुळे राज्याचे अस्तित्वच संपल्यास शासनांचे देखील अस्तित्व संपते. जेव्हा लोकांच्या इच्छेनुसार शासन निवडता येत नाही तेव्हा ते राज्य वसाहत बनते. स्वातंत्र्य मिळण्यापूर्वी शासन निवडण्याचा अधिकार येथील जनतेला नव्हता; कारण भारत तेव्हा ब्रिटिशांची वसाहत होता.

४) सार्वभौमत्व

राज्याचा चौथा आणि सर्वांत महत्त्वाचा घटक म्हणजे सार्वभौमत्व होय. सार्वभौमत्व म्हणजे राज्याची पूर्ण आणि अनिर्बंध सत्ता होय. सार्वभौमत्वामुळे राज्याला राज्यांतर्गत निर्णय घेण्याचे आणि धोरण ठरविण्याचे स्वातंत्र्य असते. राज्यांतर्गत सार्वजनिक धोरण ठरविण्याचे, कायदे बनविण्याचे आणि दंडात्मक कारवाई करण्याचे अधिकार राज्याला सार्वभौमत्वामुळे प्राप्त होतात. बाह्य राष्ट्रे राज्याच्या अंतर्गत कारभारात हस्तक्षेप करू शकत नाहीत. राज्य बाह्य राष्ट्रांशी कोणत्या पद्धतीने व्यवहार करावयाचे याबाबत देखील निर्णय घेत असते.

सार्वभौमत्वामुळे राज्य हे इतर सामाजिक संस्थांपेक्षा वेगळे आणि अंतिम सत्ता असलेले असते. आपल्या भूप्रदेशात आणि लोकसंख्येबाबत नियम आणि कायदे करण्याची सर्वोच्च सत्ता राज्याकडे असते. सार्वभौमत्वामुळे राज्याने केलेले कायदे लोकांवर बंधनकारक असतात. त्यांचे पालन नागरिकांनी करणे अपेक्षित असते.

राज्याचे सार्वभौमत्व हे राज्याच्या भौगोलिक क्षेत्रापुरते मर्यादित असते. त्या क्षेत्रातील व्यक्ती आणि वस्तूंच्या विनिमयावर राज्याचे नियंत्रण असते. राज्याच्या अधिपत्याखालील क्षेत्रांमध्ये राज्याची सत्ता ही अंतिम आणि सर्वव्यापी असते. राज्यात राहणाऱ्या प्रत्येक व्यक्तीला राज्याची अधिमान्यता स्वीकारावीच लागते. राज्य व्यक्तीला नागरिकत्व देते. त्यातून व्यक्तीला नागरी हक्क मिळतात. त्याला राज्याप्रती काही कर्तव्ये पार पाडावी लागतात.

जोपर्यंत सार्वभौमत्व आहे तोपर्यंतच राज्य अस्तित्वात असू शकते. जेव्हा बाह्य आक्रमणामुळे किंवा अंतर्गत बंडाळीमुळे सार्वभौमत्व धोक्यात येते तेव्हा राज्याच्या अस्तित्वावर प्रश्नचिन्ह उभे राहते. सार्वभौमत्व म्हणजे राज्याचे विशिष्ट भूप्रदेशावरील शासनाला बाह्य राष्ट्रांची आणि त्या प्रदेशातील लोकांची मिळालेली अधिमान्यता होय. १९७२ मध्ये पूर्व पाकिस्तान मध्ये अंतर्गत बंडाळीमुळे तेथील अधिमान्य सरकार कोसळले आणि भारताच्या मदतीने अवामी लीग या तेथील पक्षाने स्वतंत्र अशा बांगलादेशाची निर्मिती केली. तेव्हा पूर्व पाकिस्तानवरील पाकिस्तानचे असलेले सार्वभौमत्व संपुष्टात आले. राज्यातील जनतेने जरी शासनाच्या निर्णयांना प्रतिसाद देण्याचे थांबविले किंवा विरोध केला तरी शासनाची अधिमान्यता धोक्यात येऊ शकते.

ब) राज्यविषयक दृष्टिकोन : उदारमतवादी आणि मार्क्सवादी

प्रस्तावना

राज्याची उत्पत्ती, विकास आणि उद्दिष्ट्ये यांबाबत विविध विचारवंतांनी विविध दृष्टिकोनातून राज्यासंबंधी विचार मांडलेले आहेत. त्यातून राज्य या संस्थेचा अभ्यास करणारे काही दृष्टिकोन किंवा विचारधारा निर्माण झालेल्या दिसतात. या सर्व दृष्टिकोनातून राज्याबद्दलचे आकलन वाढण्यास निश्चितच मदत होते. या प्रत्येक दृष्टिकोनाची काही मूलतत्त्वे आहेत. त्यातून ते राज्य या संस्थेच्या कार्याकडे आणि अस्तित्वाकडे पाहतात. साधारणतः राज्य या संकल्पनेचा अभ्यास- १) उदारमतवादी दृष्टिकोन २) कल्याणकारी राज्याचा दृष्टिकोन ३) वर्ग दृष्टिकोन ४) समुदाय दृष्टिकोन ५) उत्तर वसाहतवादी दृष्टिकोन ६) गांधीवादी दृष्टिकोन ७) स्त्रीवादी दृष्टिकोन या दृष्टिकोनातून राज्य या संस्थेकडे पाहिले जाते. या प्रकरणात आपण राज्यासंबंधीचा उदारमतवादी आणि मार्क्सवादी दृष्टिकोनाचा अभ्यास करणार आहोत.

राज्याकडे पाहण्याचा उदारमतवादी दृष्टिकोन

औद्योगिकदृष्ट्या पुढारलेली पाश्चात्त्य राज्ये ही साधारणतः उदारमतवादी लोकशाही व्यवस्था असलेली आहेत. या राज्यांची वैशिष्ट्ये म्हणजे घटनात्मक शासन, महत्त्वाच्या संस्थांबाबत असलेली परस्पर नियंत्रणाची रचना, नि:पक्ष आणि नियमित निवडणुका, स्पर्धात्मक पक्षपद्धती आणि नागरी आणि राजकीय हक्कांचे रक्षण यांसारखी वैशिष्ट्ये आढळतात. उदारमतवादी सिद्धान्त हा राजकीय विचारप्रणालीतील राज्याकडे पाहण्याचा एक महत्त्वाचा दृष्टिकोन आहे.

युरोपातील वैचारिक प्रबोधनाच्या काळातील विचारवंतांच्या विचारात राज्यासंबंधीचा उदारमतवादी दृष्टिकोन दिसतो. हॉब्ज, लॉक, रुसो आदि सामाजिक करारवादी विचारवंत राज्याकडे उदारमतवादी दृष्टिकोनातून पाहतात. या विचारवंतांनंतर अगदी २१व्या शतकापर्यंत राज्याकडे पाहण्याच्या उदारमतवादी दृष्टिकोनात विविध विचारवंतांनी भर घातली आहे. राज्याकडे पाहण्याच्या या उदारमतवादी दृष्टिकोनात विविध समूह आढळतात. ज्यांना उदारमतवाद या विचारप्रणालीच्या मूलतत्त्वांनी जोडलेले आहे. परंतु, राज्याच्या कर्तव्यांबाबत आणि उद्दिष्टांबाबत त्यांच्यात काही प्रमाणात मतभिन्नता आढळते. उदारमतवादी दृष्टिकोनातील या विविध छटा पुढीलप्रमाणे सांगता येतील.

राज्याकडे पाहण्याचा उदारमतवादी दृष्टिकोन आणि त्यातील विविध प्रवाह

अ) सामाजिक करारवादी

थॉमस हॉब्ज, जॉन लॉक, रुसो आदि विचारवंतांना सामाजिक करारवादी म्हणतात. या विचारवंतांनी राज्याच्या उत्पत्तीबद्दल उदारमतवादी दृष्टिकोनातून मांडणी केलेली आहे. या दृष्टिकोनवाद्यांच्या मते राज्याची निर्मिती ही लोकांनी विशिष्ट परिस्थितीत, विशिष्ट उद्दिष्ट्ये साध्य करण्यासाठी केलेली आहे.

सिद्धान्ताची चौकट

१) निसर्गावस्था

सामाजिक करारवाद्यांच्या मते, राज्य ही संस्था निर्माण होण्यापूर्वी लोक निसर्गावस्थेत राहत होते. त्या वेळी कोणतेही नागरी कायदे अस्तित्वात नव्हते. या अवस्थेत लोक कोणत्याही अधिमान्य सत्तेशिवाय राहत होते. निसर्गावर पूर्णपणे लोक अवलंबून होते. आजच्या सारखी राज्यघटना, दंड संहिता, नियम या सर्वांचा अभाव त्या वेळी होता. सर्वांना मान्य होईल अशी सामाजिक संस्था नसल्याने लोकांचे जीवन निसर्गावस्थेत अतिशय अनिश्चित, भीतिदायक आणि असुरक्षित होते. जीवनाची, जीविताची, स्वातंत्र्याची लोकांना हमी नव्हती. प्राण्यांप्रमाणे मानवी जीवन होते. त्यातून मार्ग काढण्यासाठी एका संस्थेची लोकांना आवश्यकता भासली. ती संस्था म्हणजे 'राज्य' होय.

२) सामाजिक करार

निसर्गावस्थेतील असुरक्षितता, भीती, अनिश्चितता यातून मार्ग काढण्यासाठी राज्याची निर्मिती झाली. राज्याने लोकांच्या जीविताचे, संपत्तीचे, स्वातंत्र्याचे रक्षण करावे, त्या बदल्यात लोक राज्याच्या आज्ञा पाळतील असा तो अलिखित करार व्यक्ती आणि राज्य यामध्ये झाला. त्याला हॉब्ज, लॉक, रुसो हे विचारवंत 'सामाजिक करार' असे म्हणतात. या कराराद्वारे राज्य अस्तित्वात आले असे सामाजिक करारवाद्यांना वाटते. सामाजिक करारामुळे मानवाची निसर्गावस्था संपली. त्याच्या जीवनाला स्थिरता, सुरक्षितता प्राप्त झाली; त्यातून त्याचा विकास होऊ लागला. अशाप्रकारे राज्य अस्तित्वात आले.

३) राज्याची कर्तव्ये

सामाजिक करारामुळे अस्तित्वात आलेले राज्य हे लोकांच्या जीवनाचे, संपत्तीचे, स्वातंत्र्याचे रक्षण करेल असे अपेक्षित होते. सामाजिक करारवाद्यांच्या मते राज्य ही संस्था सर्व व्यक्तींच्या इच्छेचा परिपाक आहे. राज्य हे समाजातील सर्व समूहांतील हितसंबंधामध्ये समन्वय साधण्याचे काम करते.

ब) निर्हस्तक्षेपाचे पुरस्कर्ते/मुक्त अर्थव्यवस्थेचे समर्थक

मुक्त अर्थव्यवस्थेचे समर्थन अभिजात उदारमतवादी दृष्टिकोनात आढळते. हा दृष्टिकोन व्यक्तीला केंद्रस्थानी मानतो. व्यक्ती हा विवेकवादी असतो. त्याला त्याचे हित कळते. त्यामुळे आर्थिकदृष्ट्या व्यक्ती ही स्वतंत्र असली पाहिजे आणि तिच्या आर्थिक व्यवहारांमध्ये राज्याने हस्तक्षेप करू नये, अशी भूमिका या दृष्टिकोनाचे समर्थक मानतात. ॲडम स्मिथ हा या दृष्टिकोनाचा अठराव्या शतकातील समर्थक होता; तर विसाव्या शतकात मिल्टन फ्रिडमन, रॉबर्ट नॉझिक आदी विचारवंतांनी हा दृष्टिकोन पुढे मांडला. जागतिकीकरणाच्या प्रक्रियेला प्रेरणा देणारा हा विचार आहे. जागतिकीकरणाचा वैचारिक पाया या दृष्टिकोनाने घातला.

क) बहुलतावादी दृष्टिकोन

बहुलतावादी दृष्टिकोनानुसार राज्य हे समाजामध्ये पंचाची भूमिका बजावते. समाजात विविध गट असतात. ते गट राज्यातील संसाधने आणि सत्ता आपल्या बाजूने झुकविण्याचा प्रयत्न करत असतात. राज्य हे या विविध स्पर्धक गटांमध्ये समन्वय ठेवण्याची भूमिका बजावते, असे बहुलतावाद्यांना वाटते. राज्य हे कोणत्याही गटाकडे झुकलेले नसते. ते तटस्थपणे काम करते. रॉबर्ट ढाल, चार्ल्स लिंडब्लोम, जे. के. गालब्रेथ आदी विचारवंतांनी विसाव्या शतकात बहुलतावादी दृष्टिकोनातून राज्याकडे पाहिले.

ड) कल्याणकारी राज्याचा दृष्टिकोन

राज्याच्या निर्हस्तक्षेपवादी भूमिकेच्या अगदी विरोधी परंतु उदारमतवादी दृष्टिकोनातीलच विचार म्हणजे कल्याणकारी राज्याचा दृष्टिकोन. या दृष्टिकोनवाद्यांच्या मते राज्याने अर्थव्यवस्थेमध्ये केवळ बघ्याची भूमिका न घेता हस्तक्षेप केला पाहिजे. समाजातील दुर्बल घटकांच्या उत्कर्षासाठी राज्याने प्रयत्न करावेत. अभिजात उदारमतवाद हा भांडवलशाहीचा पुरस्कर्ता होता. भांडवलशाहीने एकोणिसाव्या शतकात समाजात प्रचंड आर्थिक विषमता निर्माण केली. दुर्बल घटकांचे निर्हस्तक्षेपाच्या धोरणांमुळे शोषण होऊ लागले. त्यामुळे या घटकांच्या रक्षणासाठी राज्याने प्रयत्न करावेत असा विचार काही विचारवंत मांडू लागले. त्यांना सकारात्मक उदारमतवादी असे म्हटले जाते. जॉन स्टुअर्ट मिल, टी. एच. ग्रीन, हेरॉल्ड जे. लास्की, रॉबर्ट एम. मॅक्लेव्हर आदी विचारवंतांनी कल्याणकारी राज्याचा दृष्टिकोन मांडला. या दृष्टिकोनानुसार राज्याने अर्थव्यवस्थेमध्ये हस्तक्षेप करून दुर्बल घटकांचे रक्षण करावे. राज्याने तटस्थतेची भूमिका सोडून सामाजिक आणि आर्थिक विषमता नष्ट करण्यासाठी प्रयत्न करावेत असे या भूमिकेच्या समर्थकांना वाटते.

१९२९ मध्ये आलेल्या महामंदी आणि साम्यवादाच्या धोक्यापासून भांडवलशाही राष्ट्रांना संरक्षित करण्यासाठी जॉन मेनयर्ड केन्स या अर्थतज्ज्ञाच्या सल्ल्याने भांडवलशाही राष्ट्रांनी कल्याणकारी राज्याचे स्वरूप धारण केले. या धोरणानुसार व्यक्तीच्या जन्मापासून ते मृत्यूपर्यंत राज्य त्याची काळजी घेऊ लागले. कल्याणकारी राज्य १९७० पर्यंत जगातील विविध राष्ट्रांमध्ये अस्तित्वात होते. नवउदारमतवादाच्या प्रभावानंतर हळूहळू कल्याणकारी राज्याची संकल्पना मागे पडत गेली.

राज्याकडे पाहण्याच्या उदारमतवादी दृष्टिकोनाची वैशिष्ट्ये

१) राज्य हे मानवनिर्मित आहे

राज्याची निर्मिती ही मानवाने स्वत:च्या सोयीसाठी केलेली आहे. राज्य ही संस्था मानवनिर्मित आहे. मानवाच्या स्वातंत्र्याचे, संपत्तीचे, जीविताचे रक्षण करण्यासाठी राज्याची निर्मिती करण्यात आलेली आहे.

२) राज्याची तटस्थतता

राज्य हे समाजातील विविध स्पर्धक समूहांमध्ये समन्वय साधण्याचे काम करते. राज्य हे या स्पर्धक गटांमध्ये पंचाची भूमिका बजावते.

३) नागरिकांची कर्तव्ये

राज्य नागरिकांचे रक्षण करते. त्याबदल्यात नागरिकांनी राज्याच्या कायद्यांचे, नियमांचे पालन केले पाहिजे. कर्तव्यपूर्ती करत राज्याची अधिमान्यता नागरिकांनी स्वीकारणे आवश्यक आहे.

४) संपत्तीचे रक्षण

उदारमतवाद्यांच्या मते, राज्याने नागरिकांच्या जीविताच्या आणि स्वातंत्र्याच्या रक्षणाबरोबरच त्यांच्या संपत्तीचेही रक्षण करणे अपेक्षित आहे. नागरिकांचा संपत्ती मिळविण्याचा, त्याची विल्हेवाट लावण्याचा, संपत्ती संचयनाचा हक्क राज्याने संरक्षित केला पाहिजे असे उदारमतवाद्यांना वाटते.

५) व्यक्तीच्या विवेकावर विश्वास

प्रत्येक व्यक्ती हा विवेकवादी असतो यावर उदारमतवाद्यांचा विश्वास आहे. आपले हित, फायदे, तोटे व्यक्तीला चांगले कळतात. त्यामुळे राज्याने व्यक्तीच्या हिताचा निर्णय घेतो किंवा व्यक्तीपेक्षा राज्याला त्याचे हित कळते असे दाखविण्याचा प्रयत्न राज्याने करू नये असे उदारमतवाद्यांना वाटते.

६) व्यक्तिस्वातंत्र्यावर भर

व्यक्तिस्वातंत्र्य हा उदारमतवादाचा गाभा आहे. उदारमतवाद्यांच्या मते राज्याने व्यक्तिंना जास्तीत जास्त स्वातंत्र्य द्यावे. त्याच्या व्यक्तिगत जीवनात राज्याने हस्तक्षेप करू नये. तसेच व्यक्तींनी देखील इतरांच्या जीवनात हस्तक्षेप करू नये. राज्याने व्यक्तींच्या आर्थिक निर्णयांमध्ये ढवळाढवळ करू नये. राज्याने फक्त व्यक्तींमध्ये होणारे करार पाळले जातील याची काळजी घ्यावी.

७) घटनेनुसार राज्यकारभार

राज्याची सत्ता अमर्यादित सत्ता नियंत्रित करण्यासाठी आणि व्यक्तीचे स्वातंत्र्य अबाधित राखण्यासाठी राज्याचा कारभार राज्यघटनेनुसार चालविला पाहिजे अशी भूमिका उदारमतवादी मांडतात. त्यांच्या मते, व्यक्तिकेंद्रित राज्यकारभारापेक्षा राज्याचा कारभार हा नियमानुसार चालविला पाहिजे. राज्यात कायद्याचे राज्य असावे असे ते मानतात.

८) सर्व नागरिक समान

उदारमतवादी राज्यातील सर्व नागरिकांना समान मानतात. जात, धर्म, लिंग, पंथ, वर्ग, वर्ण या कोणत्याही कारणास्तव व्यक्तींमध्ये राज्याने भेद करू नये असे उदारमतवाद्यांना वाटते.

९) सहमतीचे शासन

उदारमतवाद्यांच्या मते राज्यामध्ये अधिमान्य शासन आणि समाज यांमध्ये सदैव सहमतीने निर्णय घेतले जावेत. शासनाने लोकमताच्या विरोधात जाऊन लोकांवर जबरदस्तीने निर्णय लादू नयेत. लोकांच्या भूमिकेचा, विचारांचा आदर शासनाने करावा असे उदारमतवाद्यांना वाटते.

१०) लोकशाही शासनाचा पुरस्कार

उदारमतवादी लोकशाही शासनाचा आग्रह धरतात. लोकशाहीमध्ये विचार आणि अभिव्यक्ती स्वातंत्र्य असते. तसेच लोकांच्या सहमतीने राज्यकारभार चालविला जातो. त्यामुळे लोकमताच्या विरोधात जाऊन निर्णय घेतले जात नाहीत. घटनात्मकरीत्या शासन कारभार चालविला जातो.

११) सत्तेच्या केंद्रीकरणाला विरोध

उदारमतवादी राज्याकडे कमीत कमी सत्ता असावी या मताचे आहेत. त्यांच्या मते सत्तेचे केंद्रीकरण हे स्वातंत्र्याची गळचेपी करते. त्यातून हुकूमशाही निर्माण होण्याचा धोका असतो. व्यक्तिस्वातंत्र्यावर बंधने येतात; म्हणून हुकूमशाही, सर्वंकष राजवट, राजेशाही राजवटींना उदारमतवादी विरोध करतात.

राज्याकडे पाहण्याचा वर्गवादी किंवा मार्क्सवादी दृष्टिकोन

राज्याकडे पाहण्याचा मार्क्सवादी वा वर्गवादी दृष्टिकोन हा कार्ल मार्क्स या जर्मन विचारवंताच्या विचारांवर अवलंबून आहे. कार्ल मार्क्स नंतर लेनिन, राल्फ मिलिबंद, निकोस पोलंत्स, एन्थोनियो ग्रॅमशी, लुईस अल्थुजर आदि मार्क्सवादी विचारवंतांनी राज्य या संकल्पनेत अधिक भर घातली.

राज्य ही नैसर्गिक संस्था नाही. ती समाजातील विविध गटांमध्ये तटस्थपणे भूमिकाही पार पाडत नाही. समाजामध्ये उत्पादन साधनांची मालकी असणारा आणि केवळ श्रम हेच उदरनिर्वाहाचे साधन असणारा असे दोन वर्ग असतात. पहिल्या वर्गाच्या हितसंबंधांच्या रक्षणासाठी राज्याची निर्मिती झाली असे मार्क्सवादी दृष्टिकोन मानणाऱ्यांचे म्हणणे आहे.

राज्याकडे पाहण्याच्या मार्क्सवादी दृष्टिकोनाची वैशिष्ट्ये

१) राज्य हे उत्पादनसाधनांची मालकी असणाऱ्यांच्या हितसंबंधाचे रक्षण करते

मार्क्सवाद्यांच्या मते, समाजात सदैव दोन वर्ग असतात. उत्पादन साधनांची मालकी असणारे (भांडवलदार वर्ग/आहे रे वर्ग)आणि केवळ श्रम हेच उपजीविकेचे साधन असणारे समूह (कामगार वर्ग/नाही रे वर्ग). राज्य हे उत्पादन साधनांची मालकी असणाऱ्या समूहांच्या हितसंबधांचेच रक्षण करत असते. त्यांच्या फायद्यासाठीच राज्याची यंत्रणा वापरली जाते. कायदे, नियम हे देखील या वर्गाच्या हितसंबंधांची पाठराखण करणारे असतात.

२) खाजगी संपत्तीच्या रक्षणासाठी राज्य

मार्क्सवाद्यांच्या मते राज्याची निर्मिती ही 'खाजगी संपत्ती' च्या उदयानंतर झाली. राज्याच्या दंडशक्तीचा मुख्य वापर हा राज्यातील श्रीमंत वर्गाच्या संपत्तीच्या रक्षणासाठी होत असतो. राज्याचे कायदे देखील या वर्गाच्या संपत्तीचे रक्षण करण्यासाठीच असतात, असे मार्क्सवाद्यांना वाटते.

३) राज्य हे भांडवलदारांच्या हातातील बाहुले

मार्क्सवाद्यांच्या मते, राज्य हे भांडवलदारांच्या हातातील बाहुले असते. त्यांच्या हितसंबंधांच्या रक्षणासाठी राज्य प्रयत्न करत असते. भांडवलदार आपल्या सोयीनुसार राज्याचा वापर करत असतात. राज्याच्या कार्यपद्धतीवर भांडवलदारांचेच वर्चस्व असते.

४) राज्य हे तटस्थ नाही

मार्क्सवाद्यांच्या मते राज्य हे तटस्थपणे किंवा निःपक्षपातीपणे काम करत

नाही. राज्य हे नेहमी प्रस्थापित लोकांच्या हितसंबंधांचे रक्षण करते. उदारमतवादी ज्याप्रमाणे म्हणतात की, राज्य हे समाजातील परस्पर विरोधी गटांमध्ये समन्वयाची भूमिका बजावते, ती भूमिका मार्क्सवाद्यांना मान्य नाही. त्यांच्या मते, राज्य हे नेहमी भांडवलदारांच्याच हितसंबंधाचे रक्षण करते. दुर्बल किंवा 'नाही रे' वर्गाच्या हितसंबंधाना राज्याकडून प्राधान्य मिळत नाही.

५) राज्याला स्वायत्तता नाही

मार्क्सवाद्यांच्या मते, राज्याला स्वायत्तता नाही. राज्य हे स्वतंत्रपणे कार्य करू शकत नाही. समाजातील विविध वर्गातील संघर्षात राज्याला प्रबळ वर्गाच्या बाजूनेच भूमिका घ्यावी लागते. राज्य दुर्बलाच्या बाजूने भूमिका घेऊ शकत नाही.

६) भांडवलदार वर्गाच्या वर्चस्वाचे राज्य हे साधन

मार्क्सवाद्यांच्या मते, राज्य हे भांडवलदार वर्गाच्या हातातील साधन आहे. राज्याच्या विविध संस्थांच्या माध्यमातून हा वर्ग आपले वर्चस्व समाजावर कायम ठेवत असतो.

७) राज्य हे दुर्बल घटकांच्या शोषणाचे साधन

मार्क्सवाद्यांच्या मते, राज्याचा वापर समाजातील 'आहे रे' वर्ग 'नाही रे' वर्गाच्या शोषणासाठी करतो. राज्याच्या विविध संस्था, यंत्रणा, कायदे समाजातील दुर्बल घटकांच्या शोषणासाठी वापरले जातात. राज्य नेहमी प्रस्थापितांची बाजू घेते.

८) राज्याची वैचारिक आणि दमनात्मक साधने

मार्क्सवाद्यांच्या मते, राज्याची सत्ता ही केवळ दंडशक्तीच्या आधारे समाजावर नियंत्रण ठेवत नाही. दंडशक्तीबरोबरच राज्य वैचारिक माध्यमातून देखील प्रस्थापित वर्गाच्या हितसंबंधांचे रक्षण करत असते. शिक्षणव्यवस्था, प्रसारमाध्यमे, धर्म, सांस्कृतिक संघटनांच्या माध्यमातून राज्य आपले वर्चस्व टिकवत असते.

९) राज्यविहीन समाजाच्या निर्मितीचा ध्यास

मार्क्सवाद्यांचे राज्यक्रांतीनंतर राज्यविहीन समाज निर्माण करण्याचे ध्येय आहे. त्यांच्या मते, राज्य ही दमनकारी संस्था आहे. वर्गविहीन समाजामध्ये राज्याची आवश्यकता नाही. त्यामुळे क्रांतीनंतर राज्याचे अस्तित्व संपुष्टात येईल, अशी आशा मार्क्सवाद्यांना वाटते.

राज्याकडे पाहण्याचा उदारमतवादी आणि मार्क्सवादी दृष्टिकोनातील फरक

उदारमतवादी दृष्टिकोन	मार्क्सवादी दृष्टिकोन
१) राज्याची निर्मिती निसर्गावस्थेतील अनिश्चितता संपुष्टात आणण्यासाठी करण्यात आली.	१) खाजगी संपत्तीच्या उदयानंतर तिच्या रक्षणासाठी राज्य निर्माण करण्यात आले.
२) राज्य हे समाजातील कोणत्याही वर्गाची बाजू घेत नाही. ते तटस्थपणे काम करते.	२) राज्य हे समाजातील भांडवलदार वर्गाच्या हितसंबंधांचे रक्षण करते.
३) राज्य हे व्यक्तीच्या जीविताचे, संपत्तीचे, स्वातंत्र्याचे रक्षण करते.	३) राज्य हे दुर्बल घटकांच्या शोषणाचे साधन आहे.
४) राज्य ही आवश्यक संस्था आहे.	४) मानवाने आपल्या सोयीसाठी तिची निर्मिती केलेली आहे.

सराव प्रश्न

१) राज्याची व्याख्या सांगून अर्थ स्पष्ट करा.

२) राज्याचे घटक सांगा.

३) राज्यविषयक दृष्टिकोन स्पष्ट करा.

४) राज्यविषयक उदारमतवादी दृष्टिकोनाची वैशिष्ट्ये सांगा.

५) राज्यविषयक उदारमतवादी दृष्टिकोन स्पष्ट करा.

६) राज्यविषयक मार्क्सवादी दृष्टिकोनाची वैशिष्ट्ये सांगा.

७) राज्यविषयक मार्क्सवादी दृष्टिकोन स्पष्ट करा.

८) उदारमतवादी व मार्क्सवादी दृष्टिकोनातील फरक स्पष्ट करा.

प्रकरण तिसरे

सत्ता आणि अधिसत्ता

(Power and Authority)

अ) सत्ता संकल्पना, सत्ता : शोषणाचे साधन, अधिसत्ता, वैचारिक प्रभुत्वाचे क्षेत्र किंवा धुरीणत्व, फोकॉल्टचे सत्तेसंबंधीचे विचार
(Conceptions of Power, Power as Explotation, Authority, Hegemony, Foucault on Power)

ब) अधिसत्ता : अर्थ, स्वरूप आणि प्रकार
(Authority : Meaning, Nature and its Forms)

प्रस्तावना

सत्ता आणि अधिसत्ता या संकल्पना राज्यशास्त्रातील आधुनिक संकल्पना म्हणून ओळखल्या जातात. प्लेटो, ॲरीस्टॉटल यांच्या काळापासून अनेकांनी सत्ता हा राज्यशास्त्रीय चिंतनाचा मध्यवर्ती विषय समजून मांडणी केली आहे. सत्ता व अधिसत्ता या संकल्पना परस्परांपासून वेगवेगळ्या आहेत हा नवा विचार आधुनिक राज्यशास्त्रज्ञांनी मांडला. म्हणजेच सत्ता व अधिसत्ता यांचा व्यक्तीवर पडणारा प्रभाव आधुनिक राज्यशास्त्रज्ञांनी अभ्यासण्याचा प्रयत्न केला. सत्ता व अधिसत्ता या संकल्पनांचा अभ्यास रॉबर्ट डहाल, हर्बर्ट सायमन, लॉस्वेल आणि कप्लान या विचारवंतांनी केला आहे. त्यादृष्टीने सत्ता व अधिसत्ता या संकल्पनांचे नेमके अर्थ समजून घेणे गरजेचे आहे.

अ) सत्ता संकल्पना

सत्ता ही संकल्पना राज्यशास्त्रात एक मध्यवर्ती राजकीय संकल्पना आहे. अधुनिक वर्तनलक्षी अभ्यासकांनी राज्यशास्त्राच्या अभ्यासाचा सत्तालक्षी दृष्टिकोन

विकसित केला आहे. सत्ता ही संकल्पना राज्यशास्त्रातील सर्वांत मूळ संकल्पना आहे. राजकीय प्रक्रियेचा अर्थच राजकीय सत्तेला आकार देणे तिचे वितरण करणे आणि अंमलबजावणी करणे असा होतो.

व्यक्ती आपल्या राजकीय व्यवहारातून व वाटाघाटीमधून सत्तेचाच शोध घेत असतात. म्हणजेच सत्तेशी सर्व संघर्ष संबंधित असतात. सत्तेचे मूलस्रोत व परिणाम जरी विविध, असंख्य असले तरी राजकारण सत्ता स्वरूपच असते कारण राजकीय कृतीचे पर्यावसन नेहमी सत्तेच्या वापरात होते. विविध पातळ्यांवरील व्यक्तींनी राबवलेल्या सत्तेचे मोजमाप केले गेले तर आपोआप राजकारणाचे गतिशास्त्र समजू शकते.

व्याख्या

१) **बर्ट्रॉन्ड रसेल,** ''अपेक्षित परिणाम घडून आणण्याची क्षमता म्हणजे सत्ता होय ''

२) **आर.एच. टॉनी,** ''व्यक्ती किंवा गट जिच्या बळावर अन्य व्यक्तींचे वा गटाचे वर्तन आपल्या इच्छेप्रमाणे बदलून घेऊ शकतात त्यांची ही क्षमता म्हणजे सत्ता होय ''

३) **डेव्हिड ईस्टन,** ''एक व्यक्ती वा गट जेव्हा स्वतःच्या इच्छेनुरूप इतरांच्या कृती निर्धारित करतो तेव्हा त्यांच्यातील संबंध म्हणजे सत्ता होय.''

४) **लॉस्वेल,** ''निर्णयनिर्मिती प्रक्रियेतील सहभाग म्हणजे सत्ता होय.

५) **मॅक्स वेबर,** ''सामाजिक संबंधांतर्गत एका कर्त्याद्वारे दुसऱ्याच्या इच्छेविरुद्ध स्वतःच्या इच्छेला कार्यान्वित करण्याची क्षमता म्हणजे सत्ता होय.''

६) **मॅक् आयव्हर,** ''दुसऱ्यांकडून एखादे काम करवून घेण्याची किंवा आज्ञापालन करवून घेण्याची क्षमता म्हणजे सत्ता होय.''

अर्थ

राजकीय सत्तेचे स्वरूप माणसाच्या निसर्गावरील सत्तेपेक्षा किंवा माणसावरील एकतर्फी वर्चस्वापेक्षा वेगळे असते. तिच्यात सत्ताधारकाइतकाच सत्ताग्राहकाचाही सहभाग असतो.

अनेकदा व्यक्तीच्या 'मालकी' च्या असलेल्या गोष्टी, साधने, पैसा, सामर्थ्य, गुण इ. म्हणजे तिची सत्ता असे आपल्याला वाटते; पण सत्ता एकट्या माणसापाशी कधीच नसते; कारण ती कोणावरतरी असावी लागते. म्हणजे ती संबंधात्मक असते. माणसाच्या मालकीच्या काही वस्तूमध्ये वा त्याच्या गुणात आपण ती बघतो कारण त्यातून तिच्या अंगी सत्ता वापरण्याची क्षमता आलेली असते.

स्वरूप

सत्तेचे स्वरूप अधिक व्यापक असते. वेगवेगळ्या लेखकांनी ते वेगवेगळ्या प्रकारे स्पष्ट केलेले आहे. साधरणत: सत्तेचे स्वरूप पुढीलप्रमाणे स्पष्ट करता येते.

१) वर्तनात्मक स्वरूप : सत्ता संबंधात्मक असते. तशीच ती वर्तनात्मक असते. सत्ताग्राहकाच्या वर्तनामधून ती व्यक्त होत असते. उदा. एखाद्यापाशी प्रचंड मोठे पाशवी सामर्थ्य असेल आणि दुसऱ्यापाशी प्रचंड संपत्ती असेल तर या दोहोंपैकी कोणाची सत्ता मोठी हे आपण कसे सांगणार? त्या दोघांची तुलना अशक्य आहे पण दोघांपैकी कोणाला इच्छेवरून किती लोक आपले वर्तन बदलतात या माहितीच्या आधारे त्यांच्यापैकी अधिक सत्ताशाली कोण हे सांगितले जाऊ शकते.

२) प्रसंगविशिष्ट स्वरूप : सत्ता प्रसंगविशिष्ट असते. एखाद्या व्यक्तीची सत्ता आपल्याला विशिष्टप्रसंगाच्या वा भूमिकेच्या संदर्भात तपासावी लागते; कारण एका व्यक्तीची सत्ता भिन्न प्रसंगात कमी वा आधिक असते. पदामुळे जी सत्ता व्यक्तीला लाभते ती सत्ता पदावर नसताना व्यक्ती वापरू शकत नाही.

३) मर्यादित स्वरूप : सत्ताधारक सत्ताग्राहकावर जी सत्ता गाजवतो ती नेहमीच मर्यादित असते. एका मर्यादेपलीकडे लष्करप्रमुख सैनिकांना आज्ञापालन करायला भाग पडू शकत नाही. त्याने तसे केल्यास सैनिक उठाव करण्याची शक्यता असते. तद्वतच शासनही एका मर्यादेहून अधिक निर्बंध किंवा करांचे ओझे नागरिकांवर लादू शकत नाहीत. तसे केल्यास लोक विरोध करतात हा जागतिक अनुभव आहे.

समाजातील एका व्यक्तीची सत्ता वाढते तेव्हा दुसऱ्या व्यक्तीची त्याप्रमाणात सत्ता कमी झालेली असते असे नाही. नागरिक शासनाकडे विशेषाधिकार सोपवतात. तेव्हाही त्यांची सत्ता कमी झालेली नसते.

सत्ता शोषणाचे साधन

सत्तेचा अर्थ क्षमता, ताकद, योग्यता असा होतो. एखादी कृती करण्याची व अपेक्षित परिणाम घडवून आणण्याची क्षमता म्हणजे 'सत्ता' होय. सत्ता हा व्यक्तीचा असा गुण असतो की, ज्याचा प्रयोग दुसऱ्या व्यक्तीवरती केला जातो. तसेच सत्ता म्हणजे दुसऱ्यांवर वर्चस्व होय. मार्क्सवादी दृष्टिकोनानुसार सत्ता ही शोषणकारी असते किंवा शोषणाचे साधन म्हणून सत्ता वापरली जाते.

मार्क्सवादी विचारवंतांनी सत्तेला कामगार वर्गाच्या शोषणाचे हत्यार किंवा साधन मानले. समाजव्यवस्थेमध्ये अनेक वर्ग असतात. परंतु त्यातील मुख्य दोनच वर्ग असतात. एक म्हणजे उत्पादन साधनांवर ज्यांची मालकी आहे असा एक वर्ग

व उत्पादन साधनांवर मालकी नसणारा असा दुसरा वर्ग असतो. उत्पादन साधनांवर मालकी असणाऱ्या वर्गाला तो भांडवलदार वर्ग म्हणतो; तर उत्पादन साधनांवर मालकी नसणाऱ्या वर्गाला कामगार वर्ग म्हणतो. कामगार वर्ग आपली श्रमशक्ती विकतो त्यामोबदल्यात त्याला वेतन मिळते. परंतु कामगार वर्गाच्या श्रमातून निर्माण झालेले अतिरिक्त मूल्य भांडवलदार वर्गाकडे जाते. तेव्हा कामगार वर्गाचे 'शोषण' होते. मार्क्सच्या मते, इतिहासाच्या प्रत्येक टप्प्यावर उत्पादनाची विविध साधने उदयाला आली. परंतु या प्रत्येक टप्प्यावर शोषितांचे शोषण होत गेले. भांडवलशाहीमध्ये देखील भांडवदारवर्ग अतीरिक्त मूल्य मिळवितो व त्याआधारे कामगार वर्गाचे शोषण होते. भांडवलशाहीत समतेचा दिखावा केले जातो. तसेच प्रत्यक्ष बळाचा वापर न करता देखील शोषण केली जाते. समाजामध्ये आर्थिक विषमता असते त्यामुळे शोषण सहजपणे केले जाते. भांडवलशाही शोषण, जबरदस्ती करण्यासाठी आर्थिक साधनांचा वापर करते. भांडवलदार कामगारांना त्याच्या श्रमाचे मूल्य वेतनाच्या स्वरूपामध्ये देतो; परंतु ते समान असत नाही. याचा अर्थ कामगार वर्ग जी वस्तू उत्पादित करतो, ती वस्तू बाजारपेठेमध्ये विकून भांडवलदार कामगाराला दिलेल्या वेतनापेक्षा कितीतरी जास्त पटीने नफा मिळवितो. हा नफा किंवा अतिरिक्त मूल्य भांडवलदाराकडे जाते. या अतिरिक्त मूल्यामधून भांडवलदार अधिक शक्तिशाली बनतो. त्याच्याकडे आर्थिक सत्ता येते. आर्थिक सत्तेबरोबर तो राजकीय सत्तेवर देखील नियंत्रण मिळवितो. याचा अर्थ सत्तेच्या माध्यमातून तो कामगार वर्गाचे जास्तीत जास्त शोषण करतो या अर्थाने मार्क्सवादी सत्तेला शोषणाचे साधन मानतात.

सत्ता व अधिसत्ता

परंपरागत काळात 'सत्ता' व 'अधिसत्ता' या दोन्ही संकल्पना समान अर्थाने वापरल्या जात होत्या. लोकांच्या मान्यतेनुसार चालविली जाणारी सत्ता म्हणजे 'अधिसत्ता' होय. याचाच अर्थ सत्तेला अधिमान्यता मिळाली की अधिसत्ता अस्तित्वात येते; तर आदर्शवादी अभ्यासकांच्या मते, सत्तेचा वापर न करता वर्तन नियंत्रित करता येणे म्हणजे अधिसत्ता होय.

सामाजिक वर्तन व आचरण यांना नियंत्रित करण्याचे सत्ता व अधिसत्ता हे दोन भिन्न मार्ग आहेत; आपण जे काही करतो ते इतरांना पटवून देण्याची क्षमता अधिसत्तेत असते व त्याद्वारे नियंत्रण ठेवले जाते. तर प्रेम, सक्ती, प्रचार, बळ, आमिष या साधनांद्वारे सत्ता सामाजिक वर्तन नियंत्रित करते.

सत्ता व अधिसत्ता कोणती? हे ओळखता येते. सत्ताधारकाला आज्ञा करण्याचा अधिकार कोणत्याही नियमांनी दिलेला नसतो. तो धमकी, बळ, लाचलूचपत या

मार्गांद्वारे आज्ञापालन करून घेतो. आज्ञापालकांच्या मनामध्ये सत्ताधारकांबद्दल आबंधनाची भावना असते. याउलट, अधिसत्ताधारकांना आज्ञा करण्याचा अधिकार नियमांनी मिळालेला असतो. त्याची निवड कायद्यानुसार झालेली असते. तसेच ते आपला प्रत्येक निर्णय व कृतीचे बुद्धीला पटेल असे स्पष्टीकरण देतात. त्यामुळे आज्ञापालकांच्या मनामध्ये अधिसत्ताधारकांबद्दल आबंधनाची भावना असते.

सत्ता व अधिसत्ता यामध्ये वरील फरक असला तरी अधिसत्तेला सत्तेची गरज पडते. समाजातील जे थोडे लोक अधिसत्तेच्या आज्ञांचे पालन करीत नाहीत तेव्हा अधिसत्तेला सत्तेचा वापर करावा लागतो. थोडक्यात, अधिसत्तेकडे मर्यादित का होईना सत्ता असावी लागते. अन्यथा विरोधक अधिसत्तेची सत्ता नष्ट करू शकतात. मथितार्थ असा की, सत्ता व अधिसत्ता ह्या संकल्पना परस्परांपासून वेगळ्या नसून एकमेकांशी संबंधित अशाच आहेत.

धुरीणत्व किंवा वैचारिक प्रभुत्वाचे क्षेत्र (Hegemony)

वैचारिक प्रभुत्वाचे क्षेत्र ही संकल्पना राजकीय सिद्धान्तात महत्त्वपूर्ण संकल्पना आहे. आंतोनिओ ग्रामची या मार्क्सवादी विचारवंतांने पहिल्यांदा वैचारिक प्रभुत्वाचे क्षेत्र ही संकल्पना मांडली. आंतोनिओ ग्रामची हा इटालियन विचारवंत होता. त्याने 'प्रिझन नोटबुक्स' हा महत्त्वपूर्ण ग्रंथ लिहीला. प्रिझन नोटबुक्स याग्रंथामध्ये धुरीणत्व किंवा वैचारिक प्रभुत्वाचे क्षेत्र ही संकल्पना ग्रामचीने स्पष्ट केली आहे.

ग्रामचीच्या मते, जगभरामध्ये ज्या शासनसंस्था अस्तित्वात आल्या त्यांना स्वत:चे अस्तित्व टिकवून ठेवण्यासाठी त्यांना दडपशाही, दमन या मार्गांचा वापर करावा लागला. त्याप्रमाणे संमतीच्या मार्गांचादेखील वापर करावा लागला. जगातील कोणत्याही देशातील राज्यकर्त्या वर्गाला नेहमीच आपली सत्ता शस्त्रास्त्राच्या बळावर ताब्यात ठेवता येत नाही; त्याच्या जोडीला त्यांना त्याच्या सत्तेला जनतेची संमती मिळवावी लागते. ग्रामची म्हणतो की, वैचारिक प्रभुत्वाचे क्षेत्र (हेजेमनी) हे दमनाचे किंवा संघर्षाचे क्षेत्र नसून ते संमतीचे क्षेत्र आहे. राज्यकर्ता वर्ग दमन व संमती या दोन मार्गांचा सतत वापर करीत असतो. समाजातील प्रत्येक वर्गाचा वैचारिक क्षेत्रामध्ये प्रतिनिधित्व करणारा एक बुद्धिजीवी वर्ग असतो. राज्यकर्ता वर्गाचीदेखील वैचारिक क्षेत्रात प्रतिनिधित्व करणारा एक बुद्धिजीवी वर्ग असतो. हा बुद्धिजीवी वर्ग राज्यकर्त्या वर्गाला अनुकूल अशी विचारप्रणाली मांडतात. या विचारप्रणालीद्वारे ते राज्यकर्त्या वर्गाने घेतलेल्या भूमिकेचे समर्थन करतात. हीच विचारप्रणाली समाजव्यवस्थेच्या कशी हिताची आहे, हे समाजव्यवस्थेलादेखील हा वर्ग पटवून देतो. यातून आपोआपच राज्यकर्त्या वर्गाच्या सत्तेला अधिमान्यता प्राप्त होते. या विचारप्रणालीला सर्वांची

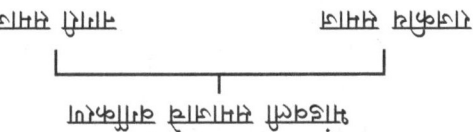

विचारप्रणालीच्या मार्फत मिळविली पाहिजे. कामगार वर्गाने भांडवलदार वर्गाच्या विरोधात व त्याच्या बाजूने उभा राहणारा वर्ग तयार करणे गरजेचे आहे. या विचारप्रणालीद्वारे कामगार वर्गाने विविध वर्गांची एकजूट करून आपली शक्ती वाढविली पाहिजे व यातूनच त्यांचे वैचारिक प्रभुत्वाचे क्षेत्र वाढत जाईल किंवा त्याचा विस्तार होईल. थोडक्यात, ग्रामची म्हणतो की, साम्यवादी चळवळीने भांडवलदारी राज्य नष्ट करण्यापुरतीच मर्यादित असू नये तर मूल्ये व विचारांच्या क्षेत्रातील भांडवलशाहीच्या वैचारिक धुरीणत्वाचा अंत केला पाहिजे.

फोकॉल्टचे सत्तेसंबंधीचे विचार

सत्ता ही राज्यशास्त्रातील, राजकीय सिद्धान्तातील एक महत्त्वपूर्ण व मध्यवर्ती अशी संकल्पना आहे. सत्ता संकल्पनेचा अभ्यास विविध विचारवंतांनी केलेला आहे. उदा. मार्क्सवादी सत्तेला शोषणाचे साधन मानतात; तर काही विचारवंत सत्तेला विकासाचे साधन मानतात. तर अँतानिओ ग्रामची याने धुरीणत्व या संदर्भात सत्ता मांडली. यावरील सत्तेच्या विचारापेक्षा फोकॉल्ट याने वेगळा सत्तेसंबंधीचा विचार मांडला आहे.

मिचेल फोकॉल्ट या विचारवंतांने सत्ता संकल्पनेसंबंधी नवा विचार मांडला आहे. सत्ता ही उत्पादक असते; असा हा विचार त्याने मांडला.

१) सत्ता शोषणात्मक नसते

मार्क्सवादी विचारवंत सत्तेला शोषणाचे साधन मानत असल्याने सत्ता नेहमी शोषणात्मक असते असा विचार मांडतात. मिचेल फोकॉल्ट यांनी हा विचार अमान्य केला. त्यांच्या मते, सत्ता शेषणात्मक नसते तर सत्ता ही उत्पादक असते. आधुनिक काळात सत्ता कोणालाही एखादी कृती करण्यापासून थांबवित नाही. याउलट, सत्ता माणसाची ओळख निर्माण करते. तसेच व्यक्तिनिष्ठता देखील निर्माण करते. सत्ता ही केवळ सत्ताधारी वर्गातून निर्माण होत नाही तर इतर अनेक वर्गांमधूनदेखील सत्ता निर्माण होते.

२) सत्ता उत्पादक व वाहिनी

मिचेल फोकॉल्टने उत्पादक व वाहिनी हे शब्दप्रयोग सत्तेसाठी वापरले आहेत. मानवाच्या शरीरामध्ये रक्तवाहिन्यांमधून रक्त वाहते; त्याप्रमाणे सत्तेचे स्वरूप असते. याचाच अर्थ सत्ता ही प्रवाही स्वरूपाची असते. सत्तेतून अस्तित्वाची निर्मिती होते. यातून आपल्या दैनंदिन जीवनामध्ये विविध माध्यमे व स्थानांद्वारे नियंत्रण साधले जाते.

३) शासनाची शासन करण्याची क्षमता किंवा शासनात्मकता

फोकॉल्ट यांच्या मते, आधुनिक राज्यसंस्था किंवा सरकार केवळ पारंपरिक कामे म्हणजे कायदा निर्मिती व अंमलबजावणी एवढेच मर्यादित करीत नाहीत तर विविध स्वरूपाची कार्ये शासन पार पाडते. शासनसंस्था नोकरशाहीच्या माध्यमातून विविध क्षेत्रांसाठी कार्य करताना दिसते. नोकरशाही अनेक प्रकारांमध्ये माणसाचे वर्गीकरण करते. याचा अर्थ पासपोर्ट, ओळखपत्र, आधार कार्ड अशा नव-नव्या ओळखीच्या खूणा नोकरशाहीने निर्माण केल्याने एखाद्या व्यक्तीला सहजपणे शोधता येते. ओळखपत्राद्वारे शासन व्यक्तीची सर्व प्रकारची माहिती एकत्र करते. या ओळखपत्रामध्ये एखादी व्यक्ती भारतीय आहे की परकीय आहे, त्याचबरोबर तिची जात, धर्म, भाषा, लिंग, वय, शिक्षण, आर्थिक स्तर, आरोग्य विषयक तसेच मानसशास्त्रीय माहिती दिलेली असते. शासनाच्या ह्या प्रक्रियेमुळे सामान्यीकरण प्रक्रिया वाढीस लागते. यातून समाजाचे एकसंघीकरण करण्यावर भर दिला जातो. व्यक्तीला स्वत:ची ओळख असण्यापेक्षा शासनात्मकतेने दिलेल्या ओळखीनुसार समाजात व्यक्ती ओळखली जाते. तसेच समाजामध्ये तिच्या स्वत:च्या ओळखीपेक्षा शासनाने तिला विविध स्वरूपाची दिलेली ओळख जास्त महत्त्वाची ठरताना दिसते. थोडक्यात, फोकॉल्टच्या मते, शासनात्मकतेतून शासनाची सत्ता मोठ्या प्रमाणावर वाढत आहे.

४) ज्ञाननिर्मिती

फोकॉल्टच्या मते, सत्ता प्राप्तीकरिता ज्ञान आवश्यक आहे. ज्ञाननिर्मिती करणे हे सत्तासंबंधाचे महत्त्वाचे कार्य आहे. सत्तेसाठी ज्ञाननिर्मिती करण्याबरोबर ते ज्ञान उपयोगातदेखील आणावे लागते; सत्ता ही केवळ शोषण करणारी नाही. तसेच ती वस्तू स्वरूपातही नाही कारण ती व्यक्तिगत किंवा संस्थेमध्ये दिसत नाही. सत्ता हे एक तंत्र किंवा माध्यम असते. जेव्हा एखादी व्यक्ती दुसऱ्या व्यक्तीवर सत्ता वापरते तेव्हाच सत्तेचे अस्तित्व दिसते. सत्ता अस्तित्वात असल्यानेच तिला विरोधदेखील केला जातो. थोडक्यात, ज्या ठिकाणी सत्ता असते तिथे तिला विरोध होणारच! म्हणजेच सत्ता व संघर्ष या दोन गोष्टी परस्परांशी संबंधित आहेत. ज्यांना सत्ता मिळत नाही ते सत्ता मिळविण्यासाठी प्रयत्न करणार यातून सत्ताधारक व सत्ताहीन यांच्यामध्ये सत्तेसाठी संघर्ष अटळ आहे, असे फोकॉल्ट म्हणतो.

५) सत्तेविरोधी संघर्षाचे प्रकार

सत्तेविरोधी संघर्षाचे प्रकार

- सामाजिक संघर्ष
- शोषण विरुद्धचा संघर्ष
- गुलामगिरीविरुद्ध संघर्ष

प्रतिकूल प्रतिक्रिया टाळावी अशा अपेक्षेतून मानली जाणारी सत्ता म्हणजे 'प्रतिक्रियात्मक सत्ता' होय.

४) आकर्षण सत्ता : सत्ताग्रहाकाला सत्ताधारकाबद्दल वाटणारे प्रेम, आकर्षण वा आदर यातून आज्ञापालन घडवणारी सत्ता म्हणजे 'आकर्षण सत्ता' होय.

५) अडसर सत्ता : सत्ताग्राहकाच्या उद्दिष्टपूर्तीसाठी वाटेत अडथळे आणून त्याचे वर्तन बदलविणारी सत्ता म्हणजे 'अडसर सत्ता' होय.

६) अनुनयात्मक सत्ता : तर्कशुद्ध युक्तिवाद सांगून, सत्ता ग्राहकाचे मन वळवून त्याला विशिष्ट प्रकारे वागायला लावणारी सत्ता म्हणजे 'अनुनयात्मक सत्ता' होय.

अशाप्रकारे वरीलप्रमाणे सहा प्रकार सांगण्यात येतात. याशिवाय, मॅक्स वेबरने अधिमान्यतेच्या आधारावर सत्तेचे प्रकार सांगितले आहेत.

१) वैधानिक किंवा कायदेशीर सत्ता

राज्याचे संविधान वैधानिक सत्तेचा आधार असते. लोकांच्या हिताला पोषक अशाप्रकारे या सत्तेचा वापर होत असल्याने तिला लोकांची मान्यता प्राप्त होते. जे विधिनियम तयार केले जातात ते म्हणजे लोकांच्या विचारांचा परिपाक असतो; म्हणून विधिनियमानुसार जी सत्ता अमलात येते तिची अधिमान्यता ही लोकसंमती असते. थोडक्यात कायद्यांवर आधारलेली सत्ता कायदेशीर असते.

२) पारंपरिक सत्ता

पारंपरिक जीवनात परंपरा, रूढी, प्रथा या आधारावर चालत आलेली सत्ता म्हणजे पारंपरिक सत्ता होय.

३) दिव्यवलयांकित सत्ता

या प्रकारची सत्ता नैसर्गिक देणगी स्वरूपाची असून या सत्तेचा आधार लोकांचा विश्वास असतो. या सत्ताधारी व्यक्तीच्या ठिकाणी काही अलौकिक गुण असतात. उदा. पंडित जवाहरलाल नेहरू, हिटलर, नासेर, सुकार्नो यांच्या ठिकाणी दिव्यवलंयाकित व्यक्तिमत्त्व होते; म्हणून ते लोकांच्या आदराला प्राप्त होते. त्यांचे आज्ञापालन करणे लोकांना भूषणावह वाटते. अशा दिव्यवलंयाकित व्यक्तिमत्त्व असलेल्यांना नेते व नैसर्गिक पुढारी असे मानले जाते. याशिवाय रसेलने सत्तेचे आणखी सात प्रकार सांगितले आहेत. ते पुढीलप्रमाणे–

१) क्रांतिकारक सत्ता

विचारप्रणालीच्या मार्फत मिळविली पाहिजे. कामगार वर्गाने भांडवलदार वर्गाच्या विरोधात व त्याच्या बाजूने उभा राहणारा वर्ग तयार करणे गरजेचे आहे. या विचारप्रणालीद्वारे कामगार वर्गाने विविध वर्गांची एकजूट करून आपली शक्ती वाढविली पाहिजे व यातूनच त्यांचे वैचारिक प्रभुत्वाचे क्षेत्र वाढत जाईल किंवा त्याचा विस्तार होईल. थोडक्यात, ग्रामची म्हणतो की, साम्यवादी चळवळीने भांडवलदारी राज्य नष्ट करण्यापुरतीच मर्यादित असू नये तर मूल्ये व विचारांच्या क्षेत्रातील भांडवलशाहीच्या वैचारिक धुरीणत्वाचा अंत केला पाहिजे.

फोकॉल्टचे सत्तेसंबंधीचे विचार

सत्ता ही राज्यशास्त्रातील, राजकीय सिद्धान्तातील एक महत्त्वपूर्ण व मध्यवर्ती अशी संकल्पना आहे. सत्ता संकल्पनेचा अभ्यास विविध विचारवंतांनी केलेला आहे. उदा. मार्क्सवादी सत्तेला शोषणाचे साधन मानतात; तर काही विचारवंत सत्तेला विकासाचे साधन मानतात. तर अँतानिओ ग्रामची याने धुरीणत्व या संदर्भात सत्ता मांडली. यावरील सत्तेच्या विचारापेक्षा फोकॉल्ट याने वेगळा सत्तेसंबंधीचा विचार मांडला आहे.

मिचेल फोकॉल्ट या विचारवंतांने सत्ता संकल्पनेसंबंधी नवा विचार मांडला आहे. सत्ता ही उत्पादक असते; असा हा विचार त्याने मांडला.

१) सत्ता शोषणात्मक नसते

मार्क्सवादी विचारवंत सत्तेला शोषणाचे साधन मानत असल्याने सत्ता नेहमी शोषणात्मक असते असा विचार मांडतात. मिचेल फोकॉल्ट यांनी हा विचार अमान्य केला. त्यांच्या मते, सत्ता शेषणात्मक नसते तर सत्ता ही उत्पादक असते. आधुनिक काळात सत्ता कोणालाही एखादी कृती करण्यापासून थांबवित नाही. याउलट, सत्ता माणसाची ओळख निर्माण करते. तसेच व्यक्तिनिष्ठता देखील निर्माण करते. सत्ता ही केवळ सत्ताधारी वर्गातून निर्माण होत नाही तर इतर अनेक वर्गांमधूनदेखील सत्ता निर्माण होते.

२) सत्ता उत्पादक व वाहिनी

मिचेल फोकॉल्टने उत्पादक व वाहिनी हे शब्दप्रयोग सत्तेसाठी वापरले आहेत. मानवाच्या शरीरामध्ये रक्तवाहिन्यांमधून रक्त वाहते; त्याप्रमाणे सत्तेचे स्वरूप असते. याचाच अर्थ सत्ता ही प्रवाही स्वरूपाची असते. सत्तेतून अस्तित्वाची निर्मिती होते. यातून आपल्या दैनंदिन जीवनामध्ये विविध माध्यमे व स्थानांद्वारे नियंत्रण साधले जाते.

३) शासनाची शासन करण्याची क्षमता किंवा शासनात्मकता

फोकॉल्ट यांच्या मते, आधुनिक राज्यसंस्था किंवा सरकार केवळ पारंपरिक कामे म्हणजे कायदा निर्मिती व अंमलबजावणी एवढेच मर्यादित करीत नाहीत तर विविध स्वरूपाची कार्ये शासन पार पाडते. शासनसंस्था नोकरशाहीच्या माध्यमातून विविध क्षेत्रांसाठी कार्य करताना दिसते. नोकरशाही अनेक प्रकारांमध्ये माणसाचे वर्गीकरण करते. याचा अर्थ पासपोर्ट, ओळखपत्र, आधार कार्ड अशा नव-नव्या ओळखीच्या खूणा नोकरशाहीने निर्माण केल्याने एखाद्या व्यक्तीला सहजपणे शोधता येते. ओळखपत्राद्वारे शासन व्यक्तीची सर्व प्रकारची माहिती एकत्र करते. या ओळखपत्रामध्ये एखादी व्यक्ती भारतीय आहे की परकीय आहे, त्याचबरोबर तिची जात, धर्म, भाषा, लिंग, वय, शिक्षण, आर्थिक स्तर, आरोग्य विषयक तसेच मानसशास्त्रीय माहिती दिलेली असते. शासनाच्या ह्या प्रक्रियेमुळे सामान्यीकरण प्रक्रिया वाढीस लागते. यातून समाजाचे एकसंघीकरण करण्यावर भर दिला जातो. व्यक्तीला स्वत:ची ओळख असण्यापेक्षा शासनात्मकतेने दिलेल्या ओळखीनुसार समाजात व्यक्ती ओळखली जाते. तसेच समाजामध्ये तिच्या स्वत:च्या ओळखीपेक्षा शासनाने तिला विविध स्वरूपाची दिलेली ओळख जास्त महत्त्वाची ठरताना दिसते. थोडक्यात, फोकॉल्टच्या मते, शासनात्मकतेतून शासनाची सत्ता मोठ्या प्रमाणावर वाढत आहे.

४) ज्ञाननिर्मिती

फोकॉल्टच्या मते, सत्ता प्राप्तीकरिता ज्ञान आवश्यक आहे. ज्ञाननिर्मिती करणे हे सत्तासंबंधाचे महत्त्वाचे कार्य आहे. सत्तेसाठी ज्ञाननिर्मिती करण्याबरोबर ते ज्ञान उपयोगातदेखील आणावे लागते; सत्ता ही केवळ शोषण करणारी नाही. तसेच ती वस्तू स्वरूपातही नाही कारण ती व्यक्तिगत किंवा संस्थेमध्ये दिसत नाही. सत्ता हे एक तंत्र किंवा माध्यम असते. जेव्हा एखादी व्यक्ती दुसऱ्या व्यक्तीवर सत्ता वापरते तेव्हाच सत्तेचे अस्तित्व दिसते. सत्ता अस्तित्वात असल्यानेच तिला विरोधदेखील केला जातो. थोडक्यात, ज्या ठिकाणी सत्ता असते तिथे तिला विरोध होणारच! म्हणजेच सत्ता व संघर्ष या दोन गोष्टी परस्परांशी संबंधित आहेत. ज्यांना सत्ता मिळत नाही ते सत्ता मिळविण्यासाठी प्रयत्न करणार यातून सत्ताधारक व सत्ताहीन यांच्यामध्ये सत्तेसाठी संघर्ष अटळ आहे, असे फोकॉल्ट म्हणतो.

५) सत्तेविरोधी संघर्षांचे प्रकार

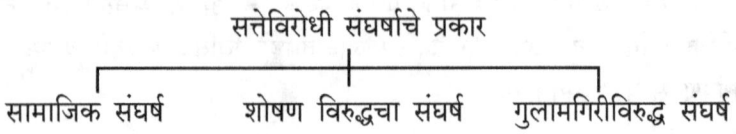

सत्तेविरोधी संघर्षाचे प्रकार

- सामाजिक संघर्ष
- शोषण विरुद्धचा संघर्ष
- गुलामगिरीविरुद्ध संघर्ष

प्रतिकूल प्रतिक्रिया टाळावी अशा अपेक्षेतून मानली जाणारी सत्ता म्हणजे 'प्रतिक्रियात्मक सत्ता' होय.

४) आकर्षण सत्ता : सत्ताग्रहाकाला सत्ताधारकाबद्दल वाटणारे प्रेम, आकर्षण वा आदर यातून आज्ञापालन घडवणारी सत्ता म्हणजे 'आकर्षण सत्ता' होय.

५) अडसर सत्ता : सत्ताग्राहकाच्या उद्दिष्टपूर्तीसाठी वाटेत अडथळे आणून त्याचे वर्तन बदलविणारी सत्ता म्हणजे 'अडसर सत्ता' होय.

६) अनुनयात्मक सत्ता : तर्कशुद्ध युक्तिवाद सांगून, सत्ता ग्राहकाचे मन वळवून त्याला विशिष्ट प्रकारे वागायला लावणारी सत्ता म्हणजे 'अनुनयात्मक सत्ता' होय.

अशाप्रकारे वरीलप्रमाणे सहा प्रकार सांगण्यात येतात. याशिवाय, मॅक्स वेबरने अधिमान्यतेच्या आधारावर सत्तेचे प्रकार सांगितले आहेत.

१) वैधानिक किंवा कायदेशीर सत्ता

राज्याचे संविधान वैधानिक सत्तेचा आधार असते. लोकांच्या हिताला पोषक अशाप्रकारे या सत्तेचा वापर होत असल्याने तिला लोकांची मान्यता प्राप्त होते. जे विधिनियम तयार केले जातात ते म्हणजे लोकांच्या विचारांचा परिपाक असतो; म्हणून विधिनियमानुसार जी सत्ता अमलात येते तिची अधिमान्यता ही लोकसंमती असते. थोडक्यात कायद्यांवर आधारलेली सत्ता कायदेशीर असते.

२) पारंपरिक सत्ता

पारंपरिक जीवनात परंपरा, रूढी, प्रथा या आधारावर चालत आलेली सत्ता म्हणजे पारंपरिक सत्ता होय.

३) दिव्यवलयांकित सत्ता

या प्रकारची सत्ता नैसर्गिक देणगी स्वरूपाची असून या सत्तेचा आधार लोकांचा विश्वास असतो. या सत्ताधारी व्यक्तीच्या ठिकाणी काही अलौकिक गुण असतात. उदा. पंडित जवाहरलाल नेहरू, हिटलर, नासेर, सुकार्नो यांच्या ठिकाणी दिव्यवलंयाकित व्यक्तिमत्त्व होते; म्हणून ते लोकांच्या आदराला प्राप्त होते. त्यांचे आज्ञापालन करणे लोकांना भूषणावह वाटते. अशा दिव्यवलंयाकित व्यक्तिमत्त्व असलेल्यांना नेते व नैसर्गिक पुढारी असे मानले जाते. याशिवाय रसेलने सत्तेचे आणखी सात प्रकार सांगितले आहेत. ते पुढीलप्रमाणे–

१) क्रांतिकारक सत्ता

१) सामाजिक संघर्ष

धर्म, जात, वंश, पंथ, भाषा, लिंग अशा विविध सामाजिक घटकांवरून असलेल्या संघर्षाला 'सामाजिक संघर्ष' असे म्हटले जाते. वांशिक, धार्मिक, जातीय वर्चस्वाविरोधी हा संघर्ष असतो. ज्या वंशांना, धर्मांना, जातींना सत्ता नाकारली जाते किंवा सत्तेच्या माध्यमातून ज्यांचे शोषण केले जाते ते वंश, धर्म, जाती वर्चस्वाविरोधी संघर्ष करतात.

२) शोषणाविरुद्धचा संघर्ष

हा संघर्ष प्रामुख्याने भांडवलशाहीमध्ये घडून येतो. भांडवलशाहीमध्ये भांडवलदारांची सत्ता निर्माण होते. त्या सत्तेच्या बळावरती भांडवलदार कामगार वर्गाचे शोषण करतात. या शोषणाविरुद्ध कामगार वर्ग एकत्र येतो व संघर्ष करतो. त्यास शोषणाविरुद्धचा संघर्ष असते म्हटले जाते.

३) गुलामगिरीविरुद्ध संघर्ष

प्रगत, अप्रगत समाजामध्ये गुलामगिरी अस्तित्वात असते. अप्रगत समाजामध्ये ती उघडपणे दिसते; तर प्रगत समाजामध्ये ती अप्रत्यक्ष स्वरूपामध्ये काम करीत असते. सत्ता असलेली व्यक्ती, दुसऱ्या व्यक्तीला, गुलाम म्हणून वागणूक देत असतो. ती वागणूक समता व न्याय तत्त्वावर आधारलेली नसते तर विषमता, पक्षपात, असमानता, भेदभाव यावर आधारलेली असते. थोडक्यात, समाजात गुलामगिरी असते व या गुलामगिरीच्या विरोधात संघर्ष सुरू असतो. त्यास गुलामगिरी विरुद्धचा संघर्ष असे म्हटले जाते.

सत्तेचे प्रकार

सत्तेचे वेगवेगळ्या लेखकांनी वेगवेगळे प्रकार पाडले आहे. सत्ताधारक व सत्ताग्राहक यांच्यातील प्रत्यक्ष संबंधाच्या आधारे क्रेस पायनी यांनी सत्तेचे सहा प्रकार केले आहेत.

१) बलसत्ता : सत्ताधारक जेव्हा सत्ताग्राहकावर बलप्रयोग करतो वा त्याची मालमत्ता धंदा व प्रतिष्ठा यांना इजा करण्याची धमकी देतो अशा सत्तेला 'बलसत्ता' म्हणतात.

२) आमिष सत्ता : लालच दाखवून वर्तन बदलणारी किंवा समाजातील व्यक्तींना एखाद्या गोष्टीचे आकर्षण दाखवून त्या लोकांना स्वतःच्या प्रभावाखाली आणून त्यांच्यावर जी सत्ता गाजवली जाते त्या सत्तेला 'आमिष सत्ता' म्हणतात.

३) प्रतिक्रियात्मक सत्ता : सत्ताधारकाकडून अनुकूल प्रतिक्रिया मिळावी व

मार्गांद्वारे आज्ञापालन करून घेतो. आज्ञापालकांच्या मनामध्ये सत्ताधारकांबद्दल आबंधनाची भावना असते. याउलट, अधिसत्ताधारकांना आज्ञा करण्याचा अधिकार नियमांनी मिळालेला असतो. त्याची निवड कायद्यानुसार झालेली असते. तसेच ते आपला प्रत्येक निर्णय व कृतीचे बुद्धीला पटेल असे स्पष्टीकरण देतात. त्यामुळे आज्ञापालकांच्या मनामध्ये अधिसत्ताधारकांबद्दल आबंधनाची भावना असते.

सत्ता व अधिसत्ता यामध्ये वरील फरक असला तरी अधिसत्तेला सत्तेची गरज पडते. समाजातील जे थोडे लोक अधिसत्तेच्या आज्ञांचे पालन करीत नाहीत तेव्हा अधिसत्तेला सत्तेचा वापर करावा लागतो. थोडक्यात, अधिसत्तेकडे मर्यादित का होईना सत्ता असावी लागते. अन्यथा विरोधक अधिसत्तेची सत्ता नष्ट करू शकतात. मथितार्थ असा की, सत्ता व अधिसत्ता ह्या संकल्पना परस्परांपासून वेगळ्या नसून एकमेकांशी संबंधित अशाच आहेत.

धुरीणत्व किंवा वैचारिक प्रभुत्वाचे क्षेत्र (Hegemony)

वैचारिक प्रभुत्वाचे क्षेत्र ही संकल्पना राजकीय सिद्धान्तात महत्त्वपूर्ण संकल्पना आहे. आंतोनिओ ग्रामची या मार्क्सवादी विचारवंतांने पहिल्यांदा वैचारिक प्रभुत्वाचे क्षेत्र ही संकल्पना मांडली. आंतोनिओ ग्रामची हा इटालियन विचारवंत होता. त्याने 'प्रिझन नोटबुक्स' हा महत्त्वपूर्ण ग्रंथ लिहीला. प्रिझन नोटबुक्स याग्रंथामध्ये धुरीणत्व किंवा वैचारिक प्रभुत्वाचे क्षेत्र ही संकल्पना ग्रामचीने स्पष्ट केली आहे.

ग्रामचीच्या मते, जगभरामध्ये ज्या शासनसंस्था अस्तित्वात आल्या त्यांना स्वत:चे अस्तित्व टिकवून ठेवण्यासाठी त्यांना दडपशाही, दमन या मार्गांचा वापर करावा लागला. त्याप्रमाणे संमतीच्या मार्गांचादेखील वापर करावा लागला. जगातील कोणत्याही देशातील राज्यकर्त्या वर्गाला नेहमीच आपली सत्ता शस्त्रास्त्राच्या बळावर ताब्यात ठेवता येत नाही; त्याच्या जोडीला त्यांना त्याच्या सत्तेला जनतेची संमती मिळवावी लागते. ग्रामची म्हणतो की, वैचारिक प्रभुत्वाचे क्षेत्र (हेजेमनी) हे दमनाचे किंवा संघर्षाचे क्षेत्र नसून ते संमतीचे क्षेत्र आहे. राज्यकर्ता वर्ग दमन व संमती या दोन मार्गांचा सतत वापर करीत असतो. समाजातील प्रत्येक वर्गाचा वैचारिक क्षेत्रामध्ये प्रतिनिधित्व करणारा एक बुद्धिजीवी वर्ग असतो. राज्यकर्ता वर्गाचीदेखील वैचारिक क्षेत्रात प्रतिनिधित्व करणारा एक बुद्धिजीवी वर्ग असतो. हा बुद्धिजीवी वर्ग राज्यकर्त्या वर्गाला अनुकूल अशी विचारप्रणाली मांडतात. या विचारप्रणालीद्वारे ते राज्यकर्त्या वर्गाने घेतलेल्या भूमिकेचे समर्थन करतात. हीच विचारप्रणाली समाजव्यवस्थेच्या कशी हिताची आहे, हे समाजव्यवस्थेलादेखील हा वर्ग पटवून देतो. यातून आपोआपच राज्यकर्त्या वर्गाच्या सत्तेला अधिमान्यता प्राप्त होते. या विचारप्रणालीला सर्वांची

संमती असते; त्यामुळे ती समाजव्यवस्थादेखील टिकून राहते तिला स्थैर्य प्राप्त होते. तसेच या विचारप्रणालीचा प्रभाव समाजातील सर्वच वर्गावरती दिसून येतो. ग्रामची म्हणतो, भांडवलदारी समाजव्यवस्थेमध्ये भांडवलदार हा प्रबळ वर्ग आहे. या भांडवलदार वर्गाने आपल्या भांडवलशाही समाजव्यवस्थेचे समर्थन करणारी विचारप्रणाली किंवा विचार मांडलेले आहेत. भांडवलदार वर्गाकडे सत्ता आहे; तिला या विचारांमार्फत जी संमती मिळविली जाते, केवळ या विचारांमुळेच भांडवलदार वर्ग राज्य करू शकतो.

ग्रामचीच्या धुरीणत्व सिद्धान्तानुसार भांडवलशाही समाजामध्ये अध्यात्मिक व सांस्कृतिक सर्वोच्चतेतून सत्ताधारीवर्गाचे धुरीणत्व निर्माण होते. सत्ताधारी वर्ग नागरी समाजातील संस्थांच्या माध्यमातून जनतेमध्ये आपली मूल्यं रुजवितो. ग्रामचीने भांडवलशाही समाजाच्या सांस्कृतिक प्रभुत्वाच्या संरचनांचा शोध घेतला. त्याने भांडवलशाही समाजाचे दोन भागात वर्गीकरण केले आहे.

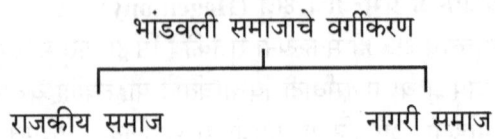

भांडवली समाजाचे वर्गीकरण

राजकीय समाज   नागरी समाज

१) राजकीय समाज

राज्य आपले प्रभुत्व निर्माण करण्यासाठी दंडशक्तीचा वापर करते; यामुळे शासनाची संपूर्ण चौकट मोडते.

२) नागरी समाज

कुटुंब, शाळा, धर्म या नागरी समाजातील संस्था आहेत. या संस्थांच्या माध्यमातून सत्ताधारी वर्गाबद्दल आदराची भावना निर्माण केली जाते. त्याचबरोबर भांडवलदारी समाजाच्या नियमास अधिमान्यता प्राप्त करून देतो. या संस्था अधिमान्यतेच्या संरचना म्हणून काम करतात. भांडवलशाही समाज स्थिरतेसाठी या संरचनांवर अवलंबून असतो. ग्रामची म्हणतो की, भांडवलदार वर्गाने आपले वैचारिक प्रभुत्वाचे क्षेत्र निर्माण केलेले आहे. त्यामुळे ग्रामची म्हणतो कामगार वर्गानेदेखील भांडवलदारी विचारांना आव्हान देणारे नवे क्रांतिकारक विचार मांडले पाहिजेत. कामगार वर्गाने आपली विचारप्रणाली मांडली पाहिजे ती जास्तीत जास्त लोकांपर्यंत पोहचविली पाहिजे. समाजव्यवस्थेमध्ये असणाऱ्या अनेक वर्गापर्यंत ही विचारप्रणाली पोहचली पाहिजे. कामगार वर्गाच्या क्रांतिकारक भूमिकेचे समर्थन या विचारप्रणालीने करायला हवे. कामगार वर्गाच्या क्रांतिकारक भूमिकेला इतर वर्गांची संमती या

२) नग्न सत्ता

३) वैधानिक सत्ता

४) भुरळ पाडणारी सत्ता

५) सामाजिक सत्ता

६) आर्थिक सत्ता

७) राजकीय सत्ता

अशा प्रकारे वरीलप्रमाणे सत्तेचे वेगवेगळे प्रकार पाडलेले दिसतात. त्यावरून सत्तेची व्यापकता लक्षात येते.

ब) अधिसत्ता (Authority)

प्रस्तावना

लोक सत्ताधारकांच्या आज्ञांचे किंवा आदेशाचे पालन दंडशक्तीच्या भीतीमुळे करित नाहीत तर या आज्ञा योग्य आहेत म्हणून लोक आज्ञांचे पालन करतात; तेव्हा सत्तेचे रूपांतर अधिसत्तेत होते. अधिसत्ता हा शब्द 'ॲथॉरिटी' या इंग्रजी शब्दाचे मराठी भाषांतर आहे. ॲथॉरिटी या शब्दाची उत्पत्ती 'ऑक्टर' किंवा 'ऑक्टॉरिटस' या रोमन शब्दापासून झालेली; त्या मूळ शब्दाचा अर्थ सल्ला किंवा मसलत असा होतो.

रोमन राज्यव्यवस्थेमध्ये लोकसभेच्या निर्णयांना मान्य वा अमान्य करणारी बुद्धिवान व ज्येष्ठ, अनुभवी अशा व्यक्तींची वरीष्ठ सभा असायची. धर्म, परंपरा व नीती या निकषांवर ती प्रत्येक निर्णयाचे परीक्षण करायची; तिने मान्यता दिल्यानंतर त्या निर्णयाला अधिकृत निर्णयाचा दर्जा मिळत असे.

म्हणजेच या दृष्टीने अधिसत्ता ही विवेकाची निष्पत्ती असून तिच्यामध्ये 'विवेकावर आधारलेली मांडणी' करण्याची क्षमता असणे गरजेचे असते. सत्ताधारकापाशी ही क्षमता असली म्हणजे मग त्याच्या आज्ञांचे 'आपोआप पालन' होते; पण ती जर नसेल तर बळाचा वापर करूनच आज्ञापालन करून घेणे भाग पडते. लोकांनी स्वत:हून आज्ञांचे पालन करणे हे अधिसत्तेच्या अस्तित्वासाठी गरजेचे असते.

अधिसत्तेची 'विवेकावर आधारलेली मांडणी' करण्याची क्षमता आणि आज्ञा करण्याचा तिला अधिकार आहे ही लोकांची भावना या दोन आधारांवर अधिसत्ता उभी असते. जुन्या काळी 'सत्ता व अधिसत्ता' या दोन्ही संज्ञा एकाच अर्थाने वापरल्या जात असत. आजही काही लोक अधिसत्तेला 'सत्तेचाच एक प्रकार' समजतात. अधिसत्ताधारकाचा अधिकार काही स्पष्ट नियमांवर आधारित असतो. त्याची निवड

कायदेशीर असते. अधिसत्ताधारक आपल्या प्रत्येक कृतीचे व निर्णयाचे बुद्धीला पटू शकेल असे स्पष्टीकरण व समर्थन देऊ शकतो. अधिसत्ता कायदेशीर तर असतेच पण तिच्या आज्ञांना लोकांकडून न्याय व उचित मानले जाते या दोन्ही गोष्टींमुळेच तिला अधिमान्यता मिळते. अधिसत्तेवर आधारलेल्या सरकारला आपली सत्ता विरोधकांपासून सुरक्षित ठेवण्यासाठी काही प्रमाणात सत्ता स्वतःकडे ठेवावी लागते. असे केले नाही तर त्या सरकारविरोधी उठाव करून काही लोक सत्ता हस्तगत करू शकतात.

व्याख्या

१) रॉबर्ट डाल :– "संमतीचा आधार मिळालेली, जनतेने स्वीकारलेली व मान्य केलेली राजकीय सत्ता म्हणजे अधिसत्ता होय."

२) लास्वेल आणि काप्लान :– "एखाद्या व्यक्तीमध्ये निर्णय घेण्याची क्षमता आहे व त्याच्या सत्तेला अधिकृत स्वरूपाचा आकृतिबंध प्राप्त होतो म्हणजेच जेव्हा एखादे पद प्राप्त होते अशा सत्तेला अधिसत्ता असे म्हणतात."

३) विर्स्टेड :– "जी सत्ता स्वीकारली जाते, ज्या सत्तेचा सन्मान केला जातो जी सत्ता लोकसंमत असते अशी सत्ता म्हणजे अधिसत्ता होय."

अर्थ

एखाद्या व्यक्तीजवळ सत्ता असली म्हणजे त्या व्यक्तीचा प्रभाव इतरांवर पडतो. परंतु त्याच्या सत्तेला आणि प्रभावाला लोकांची मान्यता नसेल तर अशी सत्ता उपयोगी नाही. म्हणजे सत्ता आणि प्रभावाला जेव्हा लोकांची मान्यता प्राप्त होते तेव्हा त्याचे रूपांतर अधिसत्तेत होते.

राजकीय व्यवस्थेत एखाद्या व्यक्तीचे कार्य योग्य आहे, असा जेव्हा लोकांचा विश्वास असतो तेव्हा ते त्याला मान्यता देतात आणि त्यातून अधिसत्तेचा उदय होतो. राज्यांच्या निर्मितीपासून अशा प्रकारच्या अधिसत्तेचे अस्तित्व समाजात आहे. मानवी जीवनात अधिसत्तेची अत्यंत आवश्यकता असते म्हणून अधिसत्तेची निर्मिती होते. अधिसत्ता ही मानवी जीवनाच्या धार्मिक, आर्थिक, सामाजिक, राजकीय व शैक्षणिक अशा सर्व क्षेत्रांत पाहायला मिळते. धार्मिक क्षेत्रात धर्मप्रमुखाची, आर्थिक क्षेत्रात भांडवलदारांची, सामाजिक क्षेत्रात समाजकार्य करणाऱ्यांची, राजकीय क्षेत्रात राजकीय नेत्यांची, कुटुंबात वडील पुरुषांची अधिसत्ता असते. अशाप्रकारे अधिसत्तेशिवाय समाजाची कल्पना करता येत नाही.

स्वरूप

अधिसत्तेच्या व्याख्येवरून व अर्थावरून अधिसत्ता ही संकल्पना आपणास समजते. तिचे स्वरूप सर्वसमावेशक व व्यापक असते ते खालीलप्रमाणे :–

१) कमी खर्चिक व सोपी असते

अधिसत्तेद्वारे जेव्हा समाजिक नियंत्रण केले जाते ते कमीत कमी साधनसामुग्रीचा वापर करून शक्य होते. अधिसत्तेला दंडशक्ती वापरावीच लागत नसल्याने साधनसामग्री व वेळेचा अपव्यय टळतो आणि नियंत्रणाचे काम कमी खर्चिक होते. तशीच ती सोपी प्रक्रिया असते.

२) अधिसत्ता प्रतीकांच्या स्वरूपात

अधिसत्ता ही व्यक्तीच्या व्यक्तीमत्त्वापेक्षा तिने प्राप्त केलेल्या पदाशी किंवा प्रतीकांशी संबंधित असते. राजाची अधिसत्ता त्याच्या व्यक्तिमत्त्वात नसून त्याच्या राजपदात आहे; जो कोणी त्या पदावार येईल त्याला ती अधिसत्ता लाभते. राजपदाप्रमाणेच सिंहासन, राजवस्त्रे, मुकूट, किंवा छत्र, बोधचिन्ह, राजदंड यासारखी अनेक राजचिन्हे ही अधिसत्तेची प्रतीके असतात. ज्यांचा सन्मान करावा अशा या वस्तूंबद्दल लोकांना आदर असतो. समाजात या प्रतीकांविषयीचा आदरभाव जाणीवपूर्वक जोपासला जातो. राजेशाहीतच नव्हे तर लोकशाही व्यवस्थेतसुद्धा अधिसत्तेची अशी अनेक प्रतीके असतात. उदा. विधिमंडळाच्या सभापतीच्या मेजावर अधिवेशन सुरू असताना ठेवली जाणारी चांदीची गदा.

३) अधिसत्तेचे आज्ञार्थी स्वरूप

लोकांकडून आज्ञापालन करवून घ्यायचे असल्याने अधिसत्तेची भाषा नेहमी ठाम आणि आज्ञार्थीच असते. लोकशाहीतील कायद्याची भाषाही आज्ञार्थीच असते. अधिसत्ता आज्ञा करते एवढेच नव्हे तर आज्ञा करण्याचा तसेच त्या आज्ञांचे लोकांकडून पालन करवून घेण्याचाही अधिकार आपल्याला असल्याचे ती सांगत असते. अधिसत्ता तात्त्विकदृष्ट्या आणि व्यवहार या दोन्ही क्षेत्रांत व्यक्तीला अधिसत्तेच्या आज्ञेपेक्षा वेगळे वागण्याचे स्वातंत्र्य देत नाही. याचाच अर्थ अधिसत्ता आज्ञार्थी असते.

४) अधिसत्तेचे संघटनात्मक स्वरूप

अधिसत्ता संघटनेशिवाय अस्तित्वात राहू शकत नाही तसेच ती आपले कार्य करू शकत नाही. अधिसत्ता ही व्यक्ती-व्यक्तीमधील सुसंवाद कायम व कार्यक्षम राखणारी यंत्रणा असते. संघटनात्मक संरचनेवाचून हा सुसंवाद तिला राखता येणार नाही. पदसोपानावर आधारलेली संरचना, व्यक्तीवर वा समूहावर सोपावलेली विशिष्ट कामे, नियम वा रूढींच्या स्वरूपात औपचारिक झालेली श्रमविभागणी, विभिन्न पातळ्यांमध्ये संपर्काची नियमित साधने, संख्या व नियम कार्यपद्धती यातून अधिसत्तेचे कामकाज चालते. राज्याचा आकार, लोकसंख्या, परंपरा, गरजा, आणि अपेक्षा

यानुसार अधिसत्तेची संरचना वेगवेगळ्या स्वरूपाची असू शकते; किंवा बदलत्या परीस्थितीनुसारही तिच्यात बदल घडू शकतात. थोडक्यात, कार्यक्षम संपर्क यंत्रणा व प्रत्येक घटकाला संघटनेमध्ये प्रतिनिधित्व असेल तरच अधिसत्ता कार्यक्षम असते.

अशाप्रकारे वरीलप्रमाणे अधिसत्तेचे स्वरूप स्पष्ट करता येते.

अधिसत्तेचे प्रकार

सत्तेला अधिमान्यता मिळते व तिचे रूपांतर अधिसत्तेत होते; असे गृहीत धरून मॅक्स वेबरने या विचारवंतांने अधिसत्तेचे तीन आधार सांगितले.

१) दिव्यवलय
२) परंपरा
३) कायदा

या तीन आधारांवर आधारलेले त्याने अधिसत्तेचे प्रकार सांगितले ते पुढीलप्रमाणे-

१) दिव्यवलयांकित अधिसत्ता

जेव्हा सत्ताधारकापाशी काही दिव्यशक्ती व अलौकिक गुण आहेत अशी लोकांची खात्री असते आणि त्यामुळे ते त्याच्यावर, त्याच्या अलौकिक तत्त्वावर संपूर्ण विश्वास ठेवून त्याच्या आज्ञांचे पालन करतात तेव्हा त्यास दिव्यवलयांकित अधिसत्ता असे म्हटले जाते. ही अधिसत्ता अलौकिक मानल्या गेलेल्या सत्ताधारकांची व्यक्तिगत सत्ता असते. त्यामुळे मनाप्रमाणे निर्णय घेण्याचे अमर्याद स्वातंत्र्य या सत्ताधारकास असते. त्याच्या अधिसत्तेचे मूळ त्याच्या व्यक्तिमत्त्वाच्या आकर्षकतेत किंवा त्याच्या व्यक्तिगत गुणवैशिष्ट्यात असल्यामुळे तो स्वतः ठरविल तेवढ्याच मर्यादा त्याच्या अधिसत्तेवर पडतात. अधिसत्तेचा निर्माता तो स्वतःच असल्याने तो जोपर्यंत यशस्वी होत राहतो, तोपर्यंतच त्याच्या अलौकिक व्यक्तीमत्त्वावरती लोकांचा विश्वास टिकून राहू शकतो पण जर तो अपयशी झाला तर त्याची अधिसत्ता नष्ट होते; कारण त्याची अधिमान्यता फक्त त्याच्या व्यक्तिगत यशावरच आधारित असते. त्यामुळे मॅक्स, वेबरचे असे मत आहे की, अधिसत्तेच्या इतर दोन्ही प्रकारांपेक्षा दिव्यवलयांकित अधिसत्ता ही अधिक अस्थिर असते म्हणून दिव्यवलयाला संस्थात्मक संरचनेचा आधार देण्याच्या प्रयत्न केला जातो. यामुळे दिव्यवलय नाहीसे होत नाही. ते फक्त सत्ताधारकांच्या व्यक्तिमत्त्वापासून वेगळे करून संस्था संरचनांना जोडले जाते.

२) पारंपरिक अधिसत्ता

राज्यकर्त्यांच्या सत्तेला लोकांकडून मिळणारी मान्यता जेव्हा पिढ्यान्‌पिढ्यांच्या रूढी, प्रथा, परंपरा यावर आधारलेली असेल तेव्हा त्यातून निर्माण होणाऱ्या अधिसत्तेला

'पारंपरिक अधिसत्ता' असे म्हटले जाते. आदिम जनजातींच्या टोळीप्रमुखांची अधिसत्ता ही अशाप्रकारची असते. दीर्घकालीन रूढी- परंपरांच्या विश्वासावरून ही अधिमान्यता आधारित असते. या अधिसत्तेत निष्ठांचे स्वरूप व्यक्तिगतच असले तरी त्यांचे मूळ मात्र प्रमुखाच्या व्यक्तिमत्त्वाबाहेर म्हणजेच परंपरेत असते. पारंपरिक अधिसत्ताधारकाचे स्वातंत्र्य मर्यादित असते; त्यावर परंपरेने चालत आलेल्या रूढीनियमांच्या मर्यादा असतात. पारंपरिक अधिसत्ता अधिक स्थिर स्वरूपाची असते; कारण त्यात अधिसत्तेचे मूळ व सत्ताधारक हे एकमेकांपासून स्वतंत्र असतात. लोक अधिसत्ताधारक बदलू शकतात पण पदाची अधिसत्ता मात्र कायम राहते.

३) विधिजन्य किंवा कायदेशीर अधिसत्ता

जी अधिसत्ता कायद्यावर आधारलेली असते तिला कायदेशीर अधिसत्ता म्हणतात. राज्यकर्ते जेव्हा बुद्धीला पटणाऱ्या निकषांवर नियमानुसार निवडलेले वा नेमलेले असतात आणि त्यांच्या सत्तेला पाठबळ असते तेव्हा त्यास विधिजन्य अधिसत्ता घटनात्मक व कायदेशीर म्हणतात. त्यात अधिमान्यता मिळते ती फक्त पदाला; पदावरील व्यक्तीच्या व्यक्तिमत्त्वाशी तिचा संबंध नसतो. प्रत्येक पदाचे अधिकार व कर्तव्ये नियमांच्या व कायद्यांच्या आधारे ठरविलेले असतात. अधिसत्ताधारकाच्या आज्ञा, कायदेशीर असतील तरच कायदेशीर नसलेल्या आज्ञांचे पालन केले जात नाही.

वरिल दोन अधिसत्ता प्रकारांपेक्षा विधिजन्य अधिसत्ता अधिक स्थिर असते; कारण पदाधिकाऱ्यावरील टीका अधिसत्तेच्या चौकटीला मुळीच धक्का लावीत नसते. एखाद्या प्रधानमंत्र्याला लोकविरोधामुळे पदत्याग करावा लागला तरी संसदीय लोकशाही व्यवस्था धोक्यात येत नाही. अधिमान्यतेचे मूळ अधिक स्पष्ट असते.

सारांश

मॅक्स वेबरने सांगितलेले अधिसत्तेचे हे तीन प्रकार म्हणजे अधिसत्ता संबंधाचे तीन आदर्श प्रकार आहेत. प्रत्यक्षातल्या कोणत्याही अधिसत्तेशी त्यापैकी कोणताही प्रकार तंतोतंत साम्य असणारा तर त्यामध्ये मिश्रण असणारा आहे हे वेबरला माहीत होते; पण प्रत्यक्षातील अधिसत्तांच्या अध्ययन विश्लेषणासाठी या प्रकारांचा साधन म्हणून उपयोग केला जाऊ शकतो. आधुनिक राज्यव्यवस्था असली तरी अविकसित समाजामध्ये दिव्यवलयी व पारंपरिक या दोन्ही प्रकारची अधिसत्ता असते. इंदिरा गांधींची सत्ता पंतप्रधान पदाने त्यांना दिलेल्या अधिसत्तेपेक्षा कितीतरी मोठी होती आणि ही भर त्यांच्या दिव्यवलयी अधिसत्तेने घातली होती. तसेच पंतप्रधान नरेंद्र मोदी यांच्या अधिसत्तेमध्ये दिव्यवलयांकित अधिसत्तेचा वाटा अधिक आहे.

सराव प्रश्न

१) सत्ता संकल्पनेची व्याख्या, अर्थ व स्वरूप स्पष्ट करा.

२) सत्ता शोषणाचे साधन ही संकल्पना स्पष्ट करा.

३) सत्ता व अधिसत्ता यांच्यामधील संबंध सांगा.

४) धुरीणत्व किंवा वैचारिक प्रभुत्वाचे क्षेत्र ही संकल्पना स्पष्ट करा.

५) फोकॉल्टचे सत्तेसंबंधीचे विचार स्पष्ट करा.

६) अधिसत्तेचा अर्थ सांगून स्वरूप स्पष्ट करा.

७) अधिसत्तेचे प्रकार सांगा.

प्रकरण चौथे

हक्क आणि न्याय
(Right and Justice)

अ) हक्क – अर्थ, स्वरूप, प्रकार
(Meaning, Nature and Kinds of Rights)

ब) न्यायाचे विविध पैलू : सामाजिक, आर्थिक, राजकीय
(Dimensions of Justice : Social, Economic, Political)

अ) हक्क – अर्थ, स्वरूप, प्रकार

प्रस्तावना

लोकशाही समाजात व्यक्तीच्या सर्वांगीण विकासात हक्क (अधिकार) महत्त्वाची भूमिका बजावतात हे तत्त्व सर्वमान्य झाले आहे. ग्रीकांच्या काळापासून हक्क संकल्पना अस्तित्वात असली तरी ग्रीक तत्त्ववेत्यांनी सर्व नागरिकांना सर्व हक्क असावेत, ही संकल्पना नाकारली होती. त्यांनी हक्क हे शिक्षित, धनिक, कर्तृत्ववान, गुणवान, पुरुषानांच दिले होते, त्यामुळे बहुसंख्य समाज हक्कापासून वंचित राहिला. नंतरच्या काळात जॉन लॉकने जीविताचा, मालमत्तेचा व स्वातंत्र्याचा हक्क हा निसर्गदत्त असल्याचे, सांगून सर्व माणसांना हे हक्क मिळायला हवे असे सांगितले. १७७६ मध्ये अमेरिकन राज्यघटनाकारांनी 'स्वातंत्र्याच्या जाहीरनाम्यात व्यक्तीचे काही अधिकार तिच्यापासून वेगळे करता येत नाहीत.' असे जाहीर केले, तर १७८९ मध्ये फ्रेंच राज्यक्रांतीने 'स्वातंत्र्य, समता व बंधुता' या तत्त्वांचा पुरस्कार करून, 'मानवी व नागरिक हक्कांचा' जाहीरनामा प्रसिद्ध केला; या दोन ऐतिहासिक घटनांमुळे हक्कांची संकल्पना राज्यशास्त्राच्या अभ्यासात मध्यवर्ती ठरली आहे. १९ व्या शतकाच्या उत्तरार्धापासून मानवी अधिकारांबाबत उघड उघड बोलले जाऊ लागले. महिला,

अपंग, अल्पसंख्याक, युद्धकैदी इ.च्या अधिकाराबाबत वादविवाद सुरू झाले. नागरी हक्कांच्या चळवळी हळूहळू आकारास येऊ लागल्या. गुन्हेगाराचा दयेचा अधिकार, इच्छामरणाचा अधिकार, पर्यावरण संवर्धनाचा अधिकार इ. गोष्टींचीच चर्चा होऊ लागली. म्हणूनच २१ व्या शतकात हक्क या संकल्पनेचा अर्थ, बदलता आशय, विविध सिद्धान्त व मानवाधिकार इ. संकल्पना या प्रकरणात लक्षात घेऊ.

● **अर्थ व स्वरूप**

हक्क म्हणजे 'व्यक्तीला जे प्राप्त होणे योग्य आहे ते मिळणे होय' काहीतरी करण्याची किंवा करवून घेण्याची मुभा मिळणे म्हणजे अधिकार प्राप्त होणे होय. उदा. प्रतिनिधी निवडून देणे, आविष्कृत होण्याचा हक्क, फिरण्याचा, संघटना बांधण्याचा मुक्त संचार करण्याचा हक्क इ. हक्क हे आबंधनापासून वेगळे असतात. आपल्याला जे करण्याचा हक्क आहे ते केलेच पाहिजे असे बंधन नसते. उदा. संघटना बंधनाचा हक्क असला तरी प्रत्येकजण तो बजावतोच असे नाही. मतदानाचा अधिकारही सर्वजण बजावतात असे नाही. मात्र हक्क व कर्तृत्व यात परस्पर संबंध आहे. जेव्हा आपण हक्काने एखादी गोष्ट करण्याचे ठरवितो, तेव्हा ती करू देण्याचे इतरांचे दायित्व असते. हक्कांतून व्यक्तीविकास साधणे हे उद्दिष्ट असले तरी हक्कांमागे व्यक्तीची लहर असता कामा नये. हक्कांना वस्तुस्थिती व तर्काचा आधार असावा म्हणूनच हक्क व कर्तव्य परस्परपूरक आहेत; काळानुसार, हक्क संकल्पना विस्तृत झाली. एकेकाळी काही व्यक्तींचे जे विशेषाधिकार होते ते कालांतराने सर्वांचे अधिकार म्हणून मान्यता पावतात. काळाच्या ओघात, बदलत्या परिस्थितीत नवीन अधिकार निर्माण होतात, त्यामुळे अधिकारांची यादी वाढतच जाते. उदा. स्त्रियांचा मतदानाचा अधिकार, समान कामासाठी स्त्री–पुरुषांचा समान वेतनाचा अधिकार, अन्न सुरक्षा हक्क, कौटुंबिक काळापासून मुक्ततेचा हक्क, विस्थापितांचा हक्क, आदिवासींचा जंगलांवरील हक्क, तृतीयपंथीयांचा हक्क अशी उदाहरणे या संदर्भात सांगता येतील.

हक्कांचे महत्त्व

आधुनिक काळात हक्कांना विशेष अर्थ प्राप्त झाला आहे. समाज व नागरिकांच्या विकासासाठी हक्कांचा पुरस्कार सर्व देशांनीच केलेला दिसतो. लोकशाहीतील नागरिकांचे हक्क सत्तेला लगाम घालण्याचे कार्य करतात. हक्कांच्या अस्तित्वाखेरीज मुक्त आणि खुल्या समाजाची संकल्पना केली जाऊ शकत नाही. हक्क पुढील कारणांसाठी आवश्यक ठरतात.

● व्यक्ती विकासाची संधी उपलब्ध करून देतात.
● समानतेची हमी देऊन विषमतेला प्रतिबंध घालतात.

- व्यक्तीविकासासाठी आवश्यक व पोषक परिस्थिती निर्माण करतात.
- अल्पसंख्याक समूहाचे हितसंबंध सुरक्षित ठेवतात.
- हक्कांच्याद्वारे राज्यसंस्थेचे मूल्यांकन करता येते म्हणजे जास्तीत जास्त हक्क देणारी राज्यसंस्था ही लोकशाही स्वरूपाची असून तिला लोकांचा पाठिंबा मिळतो व ती स्थिर राहू शकते असे मानता येते; म्हणजेच राज्यसंस्थेचा आधार म्हणजे तिने लोकांना दिलेले हक्क व त्यांचे करण्यात आलेले संरक्षण हाच असतो.

हक्कांचे समर्थन तीन आधारांवर होऊ शकते.

१. समाजाचा घटक या नात्याने व्यक्तीला हक्क मिळाले पाहिजेत.

२. व्यक्तीला समाजात आपली भूमिका योग्य पद्धतीने निभावण्यासाठी हक्क मिळाले पाहिजे.

३. व्यक्तीला हक्क प्राप्त होण्यासाठी तिने इतरांच्या हक्कांचा सन्मान करणे आवश्यक आहे; तरच हक्कांना अर्थ प्राप्त होतो.

हक्कांचे प्रकार

अ) नकारात्मक व सकारात्मक हक्क (Negative and Positive Rights) :

ज्या अधिकारांमध्ये समाज हस्तक्षेप करीत नाही ते नकारात्मक अधिकार आहेत. उदा. नैसर्गिक हक्क, जीविताचा हक्क मालमत्ता व स्वातंत्र्याचा अधिकार हे व्यक्तीला उपभोगता येतात व त्यासाठी इतरांनी तिच्यासाठी काही केले पाहिजे असे बंधन इतरांवर नसते. याउलट, जे हक्क इतरांवर व राज्यांवर काही बंधने घालून कर्तव्यांची अपेक्षा करते ते सकारात्मक हक्क होय. उदा. नागरिकांच्या निरोगी आयुष्यासाठी स्वच्छ, शुद्ध पाणी पुरवठा करण्यासाठी राज्यसंस्था हस्तक्षेप करू शकते. नागरिकांचे स्वास्थ सुरक्षित ठेवण्यासाठी कोणीही शिक्षणापासून वंचित राहू नये यासाठी राज्यसंस्था विविध उपाययोजना करून सकारात्मक हस्तक्षेप करू शकते.

ब) नैतिक हक्क (Moral Rights) :

जे हक्क सर्वस्वी समाजाच्या नैतिक मनोधैर्यावर आधारित असतात ज्यांच्यामागे कायद्याचे अधिष्ठान नसते, त्या हक्कांना 'नैतिक हक्क' म्हणतात. हे हक्क नाकारले गेले तर व्यक्तीला न्यायालयात दाद मागता येत नाही. समाजाचे नैतिक बंधन त्यामागे असते. उदा. पालकांनी बालकांचे पालनपोषन करण्याचा हक्क, वृद्धांचा मुलांकडून आधार मिळविण्याचा हक्क.

क) वैधानिक हक्क (Legal Rights) :

वैधानिक हक्कांना शासनमान्यता व कायद्याचे संरक्षण असते. न्यायालयाकरवी नागरिक हे हक्क पदरात पाडून घेऊ शकतात. वैधानिक हक्कांचे नागरी हक्क आणि राजकीय हक्क असे दोन प्रकार पडतात.

नागरी हक्कांचा उद्देश व्यक्तीला स्वास्थपूर्ण जीवन जगता येणे, तिला सामाजिक सुरक्षा मिळणे हा असतो. २०व्या शतकाच्या मध्यापर्यंत नागरी अधिकार हे राजकीय अधिकारापासून वेगळे मानले जात होते. नागरी हक्कात जगण्याचा अधिकार, खाजगी मालमत्तेचा अधिकार, विचार व आविष्कार स्वातंत्र्याचा अधिकार, धर्मस्वातंत्र्याचा अधिकार, रोजगाराचा अधिकार इ.चा समावेश होतो. नागरी अधिकारांवर इतरांकडून व तसेच राज्यसंस्थेकडून आक्रमण घडू नये हे संरक्षण व्यक्तीला मिळते.

१९५० ते १९६० च्या दशकात अमेरिकन नागरी हक्कांच्या चळवळीतून मागण्यात आलेले अधिकार हे 'पहिल्या पिढीचे' आहेत असे मानले जाते. तरीही मुक्त व समान नागरीकत्व देण्यासाठी हे अधिकार पुरेसे नव्हते. त्यामुळे १९ व्या शतकातील मागण्यात आलेले अन्न, निवारा, आरोग्य आणि रोजगार, हे अधिकार दुसऱ्या पिढीतील आहेत. हे सर्व कल्याणकारी अधिकार आहेत, तर २० व्या शतकात करण्यात आलेल्या अधिकाराच्या मागण्या प्रामुख्याने 'सांस्कृतिक सदस्यत्वा'च्या होत्या. त्यांना तिसऱ्या पिढीतील अधिकार म्हणता येईल. त्यामध्ये प्रामुख्याने सांस्कृतिकदृष्ट्या अल्पसंख्याकांचे भाषाविषयक हक्क, मूळ निवासी लोकांचा सांस्कृतिक वारसा व संस्था जोपासण्याचा हक्क इ. साठी आहेत.

राजकीय हक्कांच्याद्वारे व्यक्तीला देशाच्या राजकारभारात सहभागी होण्याची संधी मिळते. मतदानाचा, निवडणुकीस उभे राहण्याचा हक्क, शासकीय सेवेतील अधिकार पद ग्रहण करण्याचा हक्क, सरकारी धोरणांविरुद्ध न्यायालयांकडे याचिका दाखल करण्याचा हक्क, शासनावर सामाजिक सुरक्षिततेचा हक्क, आवडीनुसार व न्याय अटींवर काम मिळण्याचा हक्क इ. हक्कांचा समावेश संयुक्त राष्ट्रांनी काढलेल्या मानवी हक्कांच्या सनदेत आहे. १९४८ मध्ये जाहीर झालेले मानवी अधिकाराचे घोषणापत्र मानवाधिकारासंबंधी अन्य करार आणि दस्तऐवज हे मानवाधिकारांचे मूलस्रोत मानले जातात.

संयुक्त राष्ट्राने प्रसिद्ध केलेल्या मानवी हक्काच्या जाहीरनाम्यात पुढील सहा प्रकारच्या हक्कांचा समावेश करण्यात आलेला आहे. ते पुढीलप्रमाणे –

१) सुरक्षेचा अधिकार : ज्यामुळे लोकांना हत्या, सामूहिक हत्या, छळ वा बलात्कार यापासून संरक्षण प्राप्त होते.

२) **स्वातंत्र्याचा अधिकार :** ज्यामुळे लोकांना श्रद्धा, अभिव्यक्ती, संघटन, चळवळी इ. चे स्वातंत्र्य मिळते.

३) **राजकीय अधिकार :** ज्यामुळे लोकांना राज्यव्यवहारात सहभागी होण्यासाठी संघटित होण्याचे, निषेध व्यक्त करण्याचे, विचारांचे आदान-प्रदान करण्याचे मतदानाचे, शासकीय सेवेत अधिकार पद ग्रहण करण्याचे स्वातंत्र्य मिळते.

४) **उचित विधि प्रक्रियेचा अधिकार :** ज्यामुळे विना खटला कारावास, गुप्त रीतीने खटला चालविणे, अतिरिक्त सजा सुनावणे, यासारख्या अन्यायांपासून संरक्षण प्राप्त होते.

५) **समतेचा अधिकार :** ज्यामुळे सर्वांना समान नागरीकत्व आणि कायद्यामुळे समान वागणूक मिळते.

६) **कल्याणकारी अधिकार :** राजकीय समुदायाचा एक घटक या नात्याने व्यक्तींना पुढील हक्क मिळतात; ज्यामध्ये सामाजिक व आर्थिक अधिकारांचा समावेश होतो. उदा. सर्व बालकांसाठी शिक्षण सुविधा, दारिद्र्य व उपासमारीपासून संरक्षण यावर टीका करण्याचा व शासनाला विरोध करण्याचा हक्क.

ड) मूलभूत हक्क (Fundamental Rights) :

जे हक्क व्यक्तीसाठी महत्त्वाचे मानले जातात त्यांचा अंतर्भाव या यादीत असतो. लोकशाही राज्यव्यवस्था घटनेद्वारा हे अधिकार आपल्या नागरिकांना देतात व त्याचबरोबर त्यांच्या संरक्षणासाठी हमीही देतात. सत्ताधाऱ्यांनी सत्तेचा गैरवापर करू नये, अल्पसंख्याक वर्गांचे अधिकार बहुसंख्याकांच्या मर्जीवर व लहरीवर अवलंबून राहू नये, व्यक्तींना आपल्या स्वातंत्र्याच्या साहाय्याने आपल्या व्यक्तिमत्त्वातील सर्व सुप्त क्षमतांचा विकास करून घेता यावा या भूमिकेतून मूलभूत हक्क संविधानात समाविष्ट करण्यात येतात. सामान्य कायद्यापेक्षा संविधानाचा दर्जा वरचा असतो. त्यामुळे संविधानाद्वारे देण्यात येणाऱ्या हक्कांमध्ये बदल करावयाचा असल्यास घटनादुरुस्ती करावी लागते व घटनादुरुस्तीची प्रक्रिया सापेक्षतः आवश्यक असते. त्यामुळे आपोआपच घटनेद्वारे हक्कांना संरक्षण लाभते म्हणून घटनेत नमूद करण्यात आलेले अधिकार अधिक सुरक्षित, महत्त्वाचे व स्थिर स्वरूपाचे मानले जातात.

इ) मानवी हक्क

मानवी हक्क ही संकल्पना २० व्या शतकात जगात सर्वत्र चर्चेचा विषय बनली. ती दुसऱ्या महायुद्धात झालेल्या प्रचंड जीवित व वित्त हानीमुळे. यातून एक प्रश्न पुढे आला व तो म्हणजे एक राष्ट्र दुसऱ्या राष्ट्रातील माणसांच्या जीवावर का

उठते? या प्रश्नाने जगभरात मानवतावादी, राजकीय नेते, सामाजिक कार्यकर्ते यांना अंतर्मुख बनवले. यातूनच पुढाकार घेऊन १९४८ मध्ये संयुक्त राष्ट्रसंघाने मानवी कार्याला आळा घालण्यासाठी 'मानवी हक्कांचा सार्वभौमिक जाहीरनामा' प्रकाशित केला. या दरम्यान तत्कालीन अमेरिकन राष्ट्राध्यक्षांच्या पत्नी एलिनॉर रुझवेल्ट यांनी माणूस म्हणून प्रत्येक व्यक्तीला जागतिक स्तरावर जे हक्क मिळावयास हवेत, याची एक यादी तयार केली हा दस्तऐवज म्हणजे मानवी हक्क प्राप्त होण्याच्या मार्गाने टाकलेले पहिले व महत्त्वपूर्ण पाऊल होते. थोडक्यात, दुसऱ्या महायुद्धानंतर मानवी हक्क संकल्पनेचा उदय झाला.

व्यक्तीला ती माणूस आहे एवढ्या कारणानेही जे हक्क मिळायलाच पाहिजेत त्यांना 'मानवी हक्क' म्हटले जाते. मानवी प्रतिष्ठा, स्त्री-पुरुष समानता जपणे, वंश, वर्ण, लिंग, भाषा, धर्म, अशा कोणत्याही आधारावर व्यक्तिव्यक्तींत भेदभाव न करणे, गुलामगिरी, शारीरिक छळ, अमानुष वागणूक, यांपासून व्यक्ती मुक्त असणे, प्रत्येक व्यक्तीला कायद्यापुढे समानता, कायद्याचे समान संरक्षण असते, निरपराधी सिद्ध करण्याचे स्वातंत्र्य, विचार, भाषण, धर्म इ.चे स्वातंत्र्य असणे, सामाजिक याशिवाय समूहाचे अधिकार असाही प्रकार आहे. यामध्ये वांशिक समूहांना वांशिककत्तलीपासून संरक्षण देण्यात आले आहे. तसेच त्यांच्या प्रदेश व साधनांच्या संरक्षणाची तरतूद आहे.

शासनसंस्थेने जनतेशी कसा व्यवहार करावा, याची मार्गदर्शक तत्त्वे मानवाधिकारांमध्ये स्पष्ट केलेली आहेत. उदा. शासनाने स्वतः आपला निर्णय, कृती किंवा नीतीनिर्धारणाने भेदभाव निर्माण करू नये किंवा शासनाने खाजगी तसेच सार्वजनिक स्तरावर भेदभाव नष्ट होण्यासाठी प्रतिबंध करावा इ. दुसऱ्या महायुद्धात जर्मनीतील नाझी यांनी वंश व धर्म यांच्या नावावर केलेल्या ६ दशलक्ष ज्यूंच्या निघृण हत्येने व्यथित झालेल्या अमेरिकेचे तत्कालीन अध्यक्ष रुझवेल्ट यांनी चार प्रकारच्या मानवी हक्कांचा पुरस्कार केला. ते पुढीलप्रमाणे –

- भाषण व भावना प्रकटीकरणाने स्वातंत्र्य.
- प्रत्येक व्यक्तीला तिच्या पद्धतीनुसार योग्य त्या ईश्वराची पूजा करण्याचे स्वातंत्र्य.
- गरजा किंवा मागणीपासून स्वातंत्र्य.
- भीतीपासून मुक्ती किंवा स्वातंत्र्य.

याशिवाय मानवाधिकाराच्या यादीत नवनवे अधिकार समाविष्ट करावे यासाठी सातत्याने मागणी होत आहे.

ब) न्याय (Justice)

प्रस्तावना

न्याय ही संकल्पना प्राचीन काळापासून राज्यशास्त्राचा महत्त्वाचा घटक ठरली आहे. ग्रीक विचारवंतांनी न्याय संकल्पनेचा विचार केलेला दिसतो. प्लेटोने 'रिपब्लिक' या ग्रंथातून खऱ्या स्वरूपात न्याय प्रस्थापित करण्याचा प्रयत्न केला आणि आदर्श राज्याच्या निर्मितीचे स्वप्न पाहिले. प्लेटोच्या मते, मनुष्याच्या गुणांपैकी न्याय हा एक गुण आहे. शहाणपण, धैर्य आणि संयम हे अन्य तीन गुण आहेत. प्रत्येक मनुष्याने आपल्या गुणांनुसार व्यवहार केल्यास 'आदर्श राज्य' निर्माण होईल. या राज्यात प्रत्येकजण आपले कार्य चोखपणे बजावेल त्याने समाजाचे 'तत्त्वज्ञ वर्ग' 'सैनिक वर्ग' आणि 'व्यापारी वर्ग' असे तीन वर्गात विभाजन केले. स्त्रिया, लहान मुले, परकीय, अपंग, यांना मात्र यातून वगळले; म्हणून ॲरिस्टॉटलने प्लेटोची श्रेणीबद्ध न्यायाची संकल्पना नाकारली. ॲरिस्टॉटलच्या मते, समाजात समता, प्रमाणबद्धता आणि संतुलन निर्माण केल्यास न्याय प्रस्थापित होईल. ग्रीक तत्त्ववेत्त्यानंतर न्यायाच्या संकल्पनेवर विशेष चिंतन झाल्याचे दिसून येत नाही. परंतु १८ व्या शतकातील औद्योगिक क्रांतीनंतर समाजात अनेक बदल झाले. स्वातंत्र्य, समता, धर्मनिरपेक्षता, न्याय या संकल्पनांना प्राकृतिक, राजकीय, सामाजिक, आर्थिक बदलत्या पार्श्वभूमीवर नवा अर्थ प्राप्त झाला. न्याय हा धार्मिक तत्त्वावर किंवा परस्परांवर आधारित नसून तो राज्यव्यवहाराला सुनियंत्रित करण्यासाठी स्वीकारलेली व्यवस्था आहे, हा अर्थ पुढे आला.

व्याख्या

'जस्टिस' या शब्दाचे मूळ 'जस' या लॅटिन शब्दात असून त्याचा शब्दशः अर्थ जोडणे, एकत्र बांधणे असा होतो. त्याचा लाक्षणिक अर्थ, माणसांना समाजात जोडणाऱ्या व बसवणाऱ्या सामाईक परंपरा असा होतो. लोकांवर बंधनकारक असणाऱ्या आणि त्यांच्यावर आबंधन टाकणाऱ्या नियमांचा संच 'जस' या संज्ञेतून सूचित होतो. हे नियम, रूढी, परंपरा, कायद्यातून निर्माण झालेले असतात व त्यांना न्यायालये मान्यता देऊन त्यांची अंमलबजावणी करतात. अर्नेस्ट बार्कर यांच्या मते, 'न्याय हा मूल्यांचा मेळ घालणारा व समन्वय साधणारा असतो. तो त्या मूल्यांची समायोजित व एकात्म पूर्णाकृतीच असतो. थोडक्यात, समाजातील मानवी संबंध आणि मूल्ये यांच्यात समन्वय साधणे म्हणजे न्याय होय. प्रत्येकाला त्याचा योग्य वाटा मिळणे किंवा सर्वांनी वाटून घेणे म्हणजे 'न्याय' होय.'

अर्नाल्ड ब्रेश्ट यांच्या मते, 'न्यायाची निश्चित व्याख्या करता येत नाही.

‘न्याय’ ही एक गतिमान व बदलणारी संकल्पना आहे. समाजात स्वातंत्र्य, समता, बंधुता, अधिकार, विधिनियम, अशा आदर्शांचा व मूल्यांचा मेळ घालणे यास ‘न्याय’ म्हणतात. प्रत्येक मूल्यानुसार न्यायाची संकल्पना बदलते. उदा. समतावाद्यांना न्याय संपूर्ण समतेवरच आधारित हवा असतो तर व्यक्तिस्वातंत्र्यवाद्यांना स्वातंत्र्यावर मर्यादा आणणारा न्याय नको असतो. ब्रेश्ट यांच्या मते, आर्थिक, सामाजिक, राजकीय अशा विविध दृष्टिकोनातून न्यायाचा अर्थ लावला जातो.

अमेरिकन न्यायपंडित रोस्को पाऊंड यांच्या मते, ‘समाजाच्या विविध गटांच्या मागण्यात समन्वय व संतुलन साधणे हेच न्यायाचे प्रमुख उद्दिष्ट असते. सामाजिक गरजांमध्ये समन्वय, सुसंवाद आणि संतुलन साधून व्यावहारिक न्याय प्रस्थापित करता येतो’ असे रोस्को पाऊंड यांचे मत आहे.

कार्ल मार्क्स, प्रूधाँ, लुई ब्लॅक, चार्ल्स फुरियर यांनी आर्थिक न्यायाची संकल्पना केलेली आहे. आर्थिक न्याय प्रस्थापित करण्यासाठी समाजातील आर्थिक विषमता नष्ट करून आर्थिक समता प्रस्थापित केली पाहिजे. त्यासाठी राज्यसंस्थेने मालमत्ता आणि उत्पन्न यांचे न्याय्य व योग्य वाटप केले पाहिजे. समान कामासाठी समान वेतन दिले पाहिजे. मालमत्तेचे न्याय्य वितरण झाल्यामुळे आर्थिक शोषण होणार नाही. तसेच कामगार वर्गाला सुखसोई मिळतील.

राज्यशास्त्र कोशात न्याय संकल्पना स्पष्ट केलेली आहे. कार्यपद्धती विषयक न्याय व सामाजिक न्याय असे न्यायाचे दोन भाग पाडले जातात. न्यायालयीन खटले चालविणे, न्यायदान करणे, कायद्यासमोर सर्वांना समान लेखणे, कायदेविषयक प्रक्रिया इ. गोष्टी कार्यपद्धती विषयक न्यायात येतात; तर सामाजिक न्याय म्हणजे समाजातील उपलब्ध वस्तू आणि सेवा यांचे रास्त व योग्य वाटप करणे होय. सामाजिक कार्यक्षमता, योग्यता आणि आवश्यकता असे निकष लावून सामाजिक न्याय प्रस्थापित करता येतो.

ब) न्यायाचे विविध पैलू

अ) कायदेशीर (Legal) आणि नैसर्गिक (Natural) न्याय

दोन व्यक्ती, दोन संस्था किंवा व्यक्ती व संस्थांमधील वादाचा निवाडा करण्यासाठी जेव्हा प्रचलित कायद्याचा आधार घेऊन न्याय केला जातो त्याला ‘कायदेशीर न्याय’ म्हणतात. उदा. न्यायालयीन खटला चालल्यानंतर अपराध्याला दिलेली शिक्षा. याउलट, समाजातील सर्व प्रश्न कायद्याच्या आधारेच सोडविले जाऊ शकत नाहीत, जिथे कायदा अस्पष्ट असतो तिथे न्यायाधीश नैसर्गिक कायद्याचा आधार घेतात अशा परिस्थितीत कायद्यांच्या आड लपलेल्या कायद्याला संमती दिली जाते आणि त्याच्याशी जोडलेल्या सिद्धान्तांना नैसर्गिक न्यायाची संज्ञा दिली जाते.

ब) सामाजिक (Social), आर्थिक (Economic) व राजकीय (Political) न्याय

सामाजिक जीवनामध्ये सर्व मनुष्यांची प्रतिष्ठा मान्य होईल, स्त्री–पुरुष, काळा, गोरा, धर्म, प्रदेश, जात इ. च्या आधारे उच्च–नीचांना न मानणे, शिक्षण व विकासाची सर्वांना समान संधी देणे, यातही निर्धन व दुर्बल लोकांना विशेष आर्थिक मदत व संरक्षण देणे सामाजिक न्यायात अभिप्रेत आहे.

आर्थिक न्याय म्हणजे, उत्पादनांच्या प्रक्रियेत सर्वांना आपापल्या योग्यता व श्रमानुसार सहभागी होण्याची, रास्त मोबदला मिळण्याची, सर्वांना आपापल्या क्षमता व गरजेनुसार, रास्त अटींवर गरजेच्या वस्तू व सेवा मिळण्याची व्यवस्था असणे होय.

राजकीय न्याय म्हणजे सार्वजनिक धोरण निर्मितीत सर्वांना प्रत्यक्षात सहभागी होण्याची संधी व अधिकार असणे होय. सत्ता प्राप्तीचा मार्ग सर्वांसाठी खुला असणे, सार्वजनिक सत्तेचा वापर सर्वांच्या कल्याणासाठी होणे, सर्वांना आपले मत व्यक्त करण्याचे स्वातंत्र्य व विरोधी विचारांप्रती सहिष्णुता असणे होय.

अशाप्रकारे राजकीय न्याय–स्वातंत्र्याशी–आर्थिक न्याय–समतेशी तर सामाजिक न्याय–बंधुत्वाशी जोडला गेलेला आहे. या तिन्हींना एकत्र आणून सामाजिक जीवनात न्याय प्रस्थापित केला जाऊ शकेल. यातही आधुनिक काळात 'सामाजिक न्याय' ही संकल्पना विशेष महत्त्वाची आहे, सामाजिक न्यायामध्ये, संघटित सामाजिक जीवनातून जे काही लाभ प्राप्त होतात ते काही मोजक्या लोकांच्या हातात केंद्रित न होता सर्वसामान्य व्यक्तींना विशेषतः दुर्बल वर्गांना मिळणे अभिप्रेत आहे.

क) प्रक्रियात्मक न्याय (Procedural Justice)

प्रक्रियात्मक न्यायानुसार मूल्यवान वस्तू, सेवा, लाभ इत्यादींच्या वाटपाची प्रक्रिया कायदेशीर न्यायपूर्ण असली पाहिजे. त्यानंतर कोणाला काय मिळते? हा वादाचा विषय नाही. म्हणजे प्रक्रियात्मक न्यायाचे स्वरूप कायदेशीर, औपचारिक न्यायाशी मिळतेजुळते आहे.

प्रक्रियात्मक न्यायाची संकल्पना उदारमतवादाशी निगडित आहे. या न्यायाचे कार्य व्यक्ती वा समूहांमधील परस्परसंबंध नियमित करणे हे आहे. यान्वये राज्याचे कार्य हे आहे की, कोणी व्यक्ती वा संस्था छळाने वा बळाने दुसऱ्या व्यक्ती वा संस्थेला झळ पोचवित नाही ना, हे पाहावे; नियम, कायद्यानुसार सर्व काही व्यवस्थित चालू आहे ना? याची खात्री करणे व नसल्यास तशी सुविधा निर्माण करणे. हर्बर्ट स्पेन्सर, एफ.ए. हायेक, मिल्टन फ्रिडमन आणि रॉबर्ट नोझिक यांनी प्रक्रियात्मक न्यायाच्या कल्पनेचा पुरस्कार केला. प्रक्रियात्मक न्यायाचा सिद्धान्त जात, धर्म, प्रदेश, वर्ण, लिंग, भाषा, संस्कृती इत्यादींच्या आधारावर मनुष्या–मनुष्यात होणाऱ्या

भेदभावाला विरोध करणे आणि समाजामध्ये सर्व व्यक्तींची समान प्रतिष्ठा व समान महत्त्व यांचा स्वीकार करतो. प्रक्रियात्मक न्याय असे मानतो की, केवळ सर्वांसाठी समान नियमांची निर्मिती केली तर सर्व व्यक्ती आपल्यातील परस्पर संबंधांना न्यायपूर्ण बनविण्याचा प्रयत्न करतील आणि सरकारला या प्रक्रियेमध्ये हस्तक्षेप करण्याची गरज राहणार नाही. प्रक्रियात्मक न्यायानुसार सरकारने समाजातील अपंग, विकलांग यांनाही मदत करता कामा नये. सरकारने मानवी कल्याण, सामाजिक सुरक्षा आणि बाजारातील विनिमय यांच्याशी कसल्याही प्रकारचा संबंध ठेवता कामा नये.

तात्त्विक न्याय (भरीव न्याय) (Substantive Justice)

तात्त्विक न्यायाचे समर्थक असे मानतात की, या लाभांचे वितरण न्यायपूर्ण झाले पाहिजे. तात्त्विक अथवा सामाजिक न्यायाची संकल्पना समाजवादाशी निगडित आहे. सामाजिक न्यायाचे समर्थक असे मानतात की, जोपर्यंत समाज संपत्ती, उत्पादनाची साधने व सामाजिक जीवनातून प्राप्त होणाऱ्या लाभांचे वितरणावर आपले नियंत्रण प्रस्थापित करत नाही, तोपर्यंत या वितरणाला न्यायाधिष्ठित बनविले जाऊ शकत नाही. आर्थिक जीवनातील खुली स्पर्धा समाजात विषमता निर्माण करते. सामाजिक, सांस्कृतिक व राजकीय जीवनात सुद्धा निर्धन वर्गाला हालअपेष्टांशी सामना करावा लागतो. त्यामुळे न्यायाचे उद्दिष्ट कायद्याच्या राजकीय, सामाजिक व आर्थिक क्षेत्रातील अयोग्य विषमतांचा समूळ नाश करणे हे आहे. ज्या व्यक्ती वा समूह या विषमतांमुळे स्वातंत्र्य किंवा आत्मविकास यांपासून वंचित राहिले, आहेत अशा व्यक्ती व समूहांच्या हित रक्षणासाठी विशेष व्यवस्था केली जावी. सामाजिक न्यायाची ही मागणी आहे की, विकासाचे लाभ काही मोजक्या लोकांनाच फक्त मिळू नयेत, तर त्या लाभांचा फायदा समाजातील अभावग्रस्त, दीन-हीन, वंचित व कमजोर स्तरांपर्यंत पोहोचवण्याची व्यवस्था केली गेली पाहिजे.

सामाजिक न्यायाच्या संदर्भात 'वितरणात्मक न्याय' ही संज्ञा वापरली जाते. प्रत्येक व्यक्तीला राजकीय समुदायात योग्य स्थान व रास्त वाटा दिला जावा हा वितरणात्मक न्यायाचा अर्थ आहे. सर्वांसाठी स्वातंत्र्य आणि सर्वांसाठी न्याय मिळवून देण्याच्या हेतूने राज्यसंस्थेने अर्थकारणात हस्तक्षेप करायलाच पाहिजे, हे त्यांना मान्य झाले आहे. व्यक्तीला मिळणारे उत्पन्न हे तिचे स्वतःचे नसून संपूर्ण समाजाचे आहे. त्यामुळे तिने ते स्वतःपाशी किती ठेवावे हे ठरविण्याचा संपूर्ण अधिकार समाजाला आहे, हा वितरणात्मक न्यायाच्या संकल्पनेचा मुख्य गाभा आहे.

जॉन रॉल्सने 'अ थिअरी ऑफ जस्टिस' या ग्रंथात (१९७१) वितरणात्मक न्यायाचा सिद्धान्त मांडला. जन्मसिद्ध व निसर्गदत्त गुणवत्तांमधील विषमता नैतिकदृष्ट्या

समर्थनीय ठरू शकत नाही. ज्यांना निसर्गाने श्रेष्ठ क्षमता दिल्या त्यांच्याच पदरात भरघोस माप घालणे, हे स्वेच्छानुसारी न्यायाचे कृत्य ठरेल, या न्यायानुसार ज्यांना निसर्गाने, क्षमता देताना हात आखडता घेतला त्याना झुकते माप देणे हेच न्यायसंगत ठरते. निसर्गाने ज्यांना दुर्बल केले त्यांचे ते न्यून भरून काढणे हे मानवी न्यायातून साध्य झाले पाहिजे.

रॉल्सच्या मते, जेव्हा कायदा आणि शासन प्रभाविपणे काम करून बाजार स्पर्धात्मक ठेवतात, साधनसामग्रीचा परस्पर वापर करतात; संपत्ती व मालमत्ता व्यापक प्रमाणात वितरित ठेवतात, योग्य सामाजिक वापरासाठी तिचा काही किमान भाग सतत राखून ठेवतात आणि सर्वांना शिक्षण मिळेल या हमीवरच सर्वांना समान संधी देतात तेव्हा होणारे वितरण हे न्याय्य असते.

आर्थिकअंगाने वितरणात्मक न्यायाची संकल्पना रॉल्सने पुढीलप्रमाणे मांडली. समाजात धर्म, जात, लिंग, वय इ. कारणांनी विविध वर्ग निर्माण झालेले आहेत. त्यामुळे समाजात विषम वितरण व्यवस्था निर्माण झाली आहे. विषम वितरण व्यवस्थेचे समर्थन श्रीमंत, भांडवलदार वर्ग करतात. रॉल्सच्या मते, समाजात कनिष्ठ वर्गाला अधिक सोई व आर्थिक लाभ मिळवून देण्यासाठी धार्मिक, सामाजिक, राजकीय, आर्थिक उपव्यवस्थांमार्फत सामाजिक, भौतिक वस्तूंचे वितरण झाले पाहिजे. रॉल्सच्या मते, कायदा आणि शासन यांच्याद्वारे खुल्या व्यापारी स्पर्धेला चालना देऊन साधनसामग्रीचा जास्तीत जास्त वापर केला असता संपत्ती व उत्पादन यांचे व्यापक प्रमाणात वितरण करता येईल. त्यामुळे समान संधीचे तत्त्व स्वीकारून प्रत्येकाला आपला विकास करता येईल. आर्थिक न्याय प्रस्थापित होण्यासाठी रॉल्सने आर्थिक वितरण तत्त्वाशी सुसंवाद साधणारा व अन्यायाचे निराकरण करणारा विवेकनिष्ठ दृष्टिकोन मांडलेला आहे. आर्थिक समता प्रस्थापित होण्याच्या दृष्टीने राज्याने तशी व्यवस्था निर्माण केली पाहिजे. आर्थिक न्यायाची प्राप्ती झाल्याशिवाय व्यक्तीला राजकीय न्याय व सामाजिक न्याय प्राप्त होऊ शकत नाही.

जॉन रॉल्सने 'A Theory of Justice' या ग्रंथात राजकीय न्यायाचा पुरस्कार केला आहे. त्याच्या मते राज्याने व्यक्तीला विविध प्रकारचे राजकीय हक्क आणि संरक्षण दिले पाहिजे. सर्व नागरिकांना राजकीय स्वातंत्र्याची समानसंधी मिळाली पाहिजे, प्रत्येक नागरिकाला राज्यकारभारात सहभागी होता आले पाहिजे. मात्र रॉल्सच्या मते, स्वातंत्र्यावर काही मर्यादा असणे आवश्यक आहे; कारण अनिर्बंध स्वातंत्र्यातून स्वैराचार माजेल राज्याने व्यक्तीच्या राजकीय स्वातंत्र्यावर काही प्रमाणात मर्यादा घालून त्यांच्यात समन्वय साधावा लागतो म्हणजे त्या समाजव्यवस्थेत राजकीय न्याय प्रस्थापित होऊ शकतो. त्याच्या मते व्यक्ती व्यक्तीत नैसर्गिक भिन्नता

असते; तसेच समाजातही भिन्न भिन्न पात्रतेचे लोक असतात त्यामुळे त्यांना स्वातंत्र्याचा समान लाभ घेता येत नाही. तेव्हा समाजव्यवस्थेत परिवर्तन करून कमी कुवतीच्या लोकांना अधिक संधी देऊन त्यांचा विकास करण्याचा प्रयत्न राज्याने करावा म्हणजे राजकीय न्याय निर्माण होईल. त्याच्या मते विवेकरूप व्यक्तीच जात, धर्म, लिंग, वय, प्रदेश, वर्ग इ. भेदांच्या पलीकडे जाऊन परस्पर सामंजस्यामुळे न्याय्य समाजव्यवस्थेची उभारणी करू शकते.

अशाप्रकारे राजकीय, आर्थिक व सामाजिक स्वातंत्र्याचा परस्परांशी मेळ घालणे, राजकीय, आर्थिक व सामाजिक समतांचा समन्वय साधणे व स्वातंत्र्याचा समतेशी सुसंवाद ठेवून त्यांना संतुलित ठेवणे हे अवघड कार्य न्यायसंकल्पना बजावीत असते. १९७४ नंतर संयुक्त राष्ट्र संघटनेने आंतरराष्ट्रीय वितरणात्मक न्यायाच्या संकल्पनेचा पुरस्कार केला त्यामुळेच आधुनिक रॉल्सचा वितरणात्मक न्यायाचा सिद्धान्त यशाबाबत महत्त्वाचा ठरला आहे.

न्याय – स्वातंत्र्य, समता यातील संबंध

न्याय या संकल्पनेत स्वातंत्र्य, समता, बंधुत्वाच्या मूल्यांचा अंतर्भाव होतो. न्याय सर्व मूल्यांचे नियंत्रण करतो. स्वातंत्र्य, समता इ. राजकीय मूल्यांना परस्परांशी जोडून त्यांचा योग्य मेळ घालण्याचे कार्य न्यायाच्या माध्यमातून पार पाडले जाते. काही परिस्थितीत विषमता न्याय्य ठरू शकते. विशिष्ट स्वरूपाच्या विषमता स्वीकारल्यामुळे कार्यक्षमता, सुरक्षितता, शांतता यासारख्या गोष्टींचा लाभ सर्वांना होणार असेल तरच त्या विषमतांना समाजाकडून मान्यता मिळू शकते. अशा विषमतेमुळे त्या व्यवहारात सहभागी झालेल्या प्रत्येकाला लाभ होतो. तसेच सहभागी नसलेल्या इतर कोणाचेही नुकसान न होणे अपेक्षित असते. त्या व्यवहारातील नियम सर्वांना मान्य असतात व सर्वांनी स्वतःला त्या नियमांशी दृढपणे बांधून घेतलेले असते. त्यामुळे हा व्यवहार न्यायपूर्ण असतो.

सामाजिक न्यायांतर्गत न्याय व समता परस्पर पूरक ठरतात, समाजात निर्माण होणाऱ्या वस्तू व सेवा यांचे वितरण संपूर्ण समाजभर रास्त व योग्य प्रकारे झाले पाहिजे. सर्वांच्या अन्न, वस्त्र, निवारा इ. गरजा भागल्या पाहिजेत यावर सामाजिक न्याय संकल्पना भर देते. सर्वांच्या प्राथमिक गरजा पूर्ण करताना काही जणांच्या स्वातंत्र्यावर बंधन घालणे अशावेळी न्यायसंस्थेला अत्यावश्यक ठरते. ज्या ज्या वेळी समूहाचे हित व व्यक्तीचे हित यांत अंतर्विरोध निर्माण होतो. त्यावेळी समुदायाचे हित ग्राह्य मानणे सामाजिक न्यायात अभिप्रेत असते. या अर्थाने समता व न्याय या संकल्पना परस्परपूरक आहेत.

व्यक्तीला जास्तीत जास्त स्वातंत्र्य मिळायला हवे ते तत्त्वतः खरे असले तरी प्रत्यक्षात ते अशक्य आहे; कारण समूहात राहताना व्यक्तिस्वातंत्र्यावर अनेक मर्यादा येतात आणि ते व्यक्तीला मान्यही आहे; म्हणजे आपल्या स्वातंत्र्यावरच्या मर्यादा रास्त आहेत अशी व्यक्तीची खात्री झालेली असली की, त्यांना त्या मर्यादा न्याय्य वाटतात. स्वातंत्र्य कायद्याने मर्यादित केलेले असणे हे आधुनिक लोकशाही समाजाचे व्यवच्छेदक लक्षण आहे. कायदा हा विधिमंडळाने तयार केलेला आणि कार्य पालिकेने अमलात आणलेला असल्यामुळे व्यक्तींवर त्याला पाळण्याचे कायदेशीर बंधन पडते, हे खरे असले तरी केवळ तेवढ्यासाठी व्यक्ती त्याचे पालन करीत नाहीत तर कायद्याच्या ठिकाणी न्यायाचा अद्भुत गुणधर्म आहे अशी त्याची खात्री झाल्यामुळे ते कायदा पाळतात. सार्वजनिक नियमांची नियमित व निःपक्षपाती अंमलबजावणी होण्यावरच औपचारिक न्याय अवलंबून असतो. 'कायद्याचे राज्य' ही संकल्पना स्वातंत्र्याला जशी आधारभूत मानली जाते तशीच ती न्याय कल्पनेचाही कणा समजली जाते. व्यक्तीच्या स्वातंत्र्याला संरक्षण लाभण्याच्या दृष्टीने न्यायालयांनी दिलेला प्रत्येक निवाडा तीन कसोट्यांवर उतरावा लागतो. एक म्हणजे न्यायालयीन निर्णयाला कायद्याचा स्पष्ट आधार असावा लागतो. दुसरे म्हणजे न्यायालयाने विशिष्ट कारणांनी व्यक्तीव्यक्तीत भेदभाव केला असेल तर त्या भेदभावाला कायद्याचे समर्थन असावे लागते. आणि तिसरे म्हणजे केल्या जाणाऱ्या भेदभावात तारतम्य असावे लागते. अशाप्रकारे न्यायाची कल्पना कायद्याच्या आधाराखेरीज व कायद्याच्या कक्षेबाहेर जाऊ शकत नाही. म्हणूनच डॉ. बाबासाहेब आंबेडकरांनी म्हटल्याप्रमाणे न्याय प्रस्थापनेसाठी आपणाला केवळ राजकीय स्वातंत्र्य प्राप्त करून चालणार नाही तर त्याबरोबरच आर्थिक स्वातंत्र्य व सामाजिक स्वातंत्र्य प्रस्थापित करणे गरजेचे आहे. आर्थिक व सामाजिक समता प्रस्थापित केल्याशिवाय आपली राजकीय व्यवस्था स्थिर व यशस्वी होऊ शकणार नाही.

―――――――――

सराव प्रश्न

१) 'हक्क' या संकल्पनेचा अर्थ व स्वरूप स्पष्ट करा.

२) हक्काचे प्रकार सांगा.

३) न्यायाचे विविध आयाम किंवा विविध पैलू स्पष्ट करा.

प्रकरण पाचवे

स्वातंत्र्य आणि समता
(Liberty and Equality)

अ) स्वातंत्र्य : अर्थ, स्वरूप वर्गीकरण : नकारात्मक व सकारात्मक स्वातंत्र्य
(Liberty : Meaning, Nature, Classification : Negative and Positive Liberty)

ब) समता – अर्थ, स्वरूप, प्रकार : संधीची समानता, राजकीय समता, सकारात्मक कृती
(Equality : Meaning, Nature, Types of Equality : Equality of Opportunity, Political Equality, Affirmative Action)

अ) स्वातंत्र्य : अर्थ, स्वरूप वर्गीकरण : नकारात्मक व सकारात्मक स्वातंत्र्य

प्रस्तावना

'राजकीय सिद्धान्त' या अभ्यासशाखेच्या आकलनासाठी आधुनिक राज्यशास्त्रातील 'स्वातंत्र्य आणि समता' या राजकीय संकल्पना समजून घेणे आवश्यक आहे. व्यक्ती-व्यक्ती, व्यक्ती-राज्य, व्यक्ती-शासन यातील परस्परसंबंध समजून घेण्यासाठी, यात निर्माण होणाऱ्या संघर्षाचे निराकरण करण्यासाठी, राजकीय व्यवस्थेचे सातत्य टिकविण्यासाठी, व्यक्तीचे अस्तित्व जपण्यासाठी या राजकीय संकल्पना समजून घेणे आवश्यक ठरते.

सर्वसाधारणपणे 'मनुष्य हा विवेकशील प्राणी आहे' या गृहीतकाच्या आधारे स्वातंत्र्याची मांडणी केली जाते. विवेकशील प्राण्यास स्वातंत्र्य नसेल तर तो आपल्या

क्षमतांचा सदुपयोग करू शकणार नाही हा त्यामागचा विचार आहे. स्वतंत्र असणे म्हणजे भविष्यास अपेक्षित आकार देता येणे, आपल्या आदर्शांना व्यवहारात परावर्तित करण्याचे सामर्थ्य आणि आपल्या व्यक्तिमत्त्वातील क्षमतांना मूर्त रूप देता येणे होय. याउलट, स्वतंत्र्य नसणे म्हणजे कुंठित, दुर्बल आणि अर्थहीन जीवन होय. मात्र, केवळ विवेकशील मनुष्य स्वातंत्र्याची आकांक्षा ठेवतो असे गृहीत धरणे चुकीचे ठरेल. कारण, विशिष्ट परिस्थितीत मनुष्याचा विवेक कुंठित होऊ शकतो आणि तो स्वातंत्र्यापासून वंचित राहू शकतो. काही लोक अंधश्रद्धा, रीतीरिवाज, व सामाजिक चालीरीतींचे गुलाम बनून स्वतंत्रपणे निर्णय घेण्याचा मार्ग विसरून जातात. अशा वेळेस त्यांना विवेकशील बनविले पाहिजे. स्वातंत्र्याचा मार्ग दाखवून दिला पाहिजे. स्वातंत्र्याचा अवलंब हा समाजात केला जात असल्यामुळे तो सर्वांना समान स्वरूपात उपलब्ध झाल्यावरच ग्राह्य मानता येईल. समाजात स्वातंत्र्याचा अर्थपूर्ण व्यवहार होण्यासाठी एका व्यक्तीचे स्वातंत्र्य हे दुसऱ्या व्यक्तीच्या स्वातंत्र्यास बाधा ठरता कामा नये. सर्वांना तेव्हाच स्वातंत्र्य प्राप्त होईल, जेव्हा सर्वांवर काही ना काही बंधने घातली जातील; यामुळेच स्वातंत्र्य कायदा व सुव्यवस्थेची मागणी करते.

व्यक्तिमत्त्वाचा विकास साधण्यासाठी स्वातंत्र्याची गरज असली तरी दुसऱ्याच्या विकासात अडसर निर्माण करण्याचे स्वातंत्र्य कुटुंब, समाज किंवा राज्य व्यक्तीला देत नाही. त्यामुळे स्वातंत्र्याचा उपभोग घेताना व्यक्तीवर काही बंधने येतात. ही बंधने कुटुंब, समाज, राज्याचे कायदे यांच्याकडून लादली जातात. ही बंधने व्यक्तिस्वातंत्र्याला पूरक व पोषक असतात; म्हणूनच त्यांचे पालन होताना दिसते. थोडक्यात, व्यक्तीविकास व समाजविकास साधण्यासाठी स्वातंत्र्यावर कायदे, नीतिनियमांच्या आधारे बंधने घालण्यात येतात. या बंधनामुळे व्यक्तीजीवन कुंठित न होता पूर्णतः विकसित होते. समाजात शांतता, सुव्यवस्था निर्माण होते म्हणून स्वातंत्र्य ही संकल्पना समजून घेणे आवश्यक ठरते.

स्वातंत्र्याचा अर्थ (Meaning of Freedom)

Liberty आणि Freedom असे दोन शब्द 'स्वातंत्र्य' या शब्दासाठी इंग्रजीत वापरले जातात. परंतु या दोन इंग्रजी शब्दांच्या मराठी छटा वेगळ्या आहेत. Liberty हा शब्द व्यक्तीच्या स्वातंत्र्याच्या संदर्भात तर Freedom हा शब्द देशाच्या स्वातंत्र्याच्या संदर्भात वापरला जातो. न्यायमूर्ती म. गो. रानडे यांच्या इंग्रजी-मराठी शद्बकोशात लिबर्टी शद्बाचे पुढील अर्थ दिलेले आहेत - १) स्वातंत्र्य २) सवलत ३) मोकळीक ४) बंधनमुक्तता ५) परवानगी ६) शिष्टाचार ७) मर्यादित स्वातंत्र्य ८) निवड करण्याचे स्वातंत्र्य.

स्वातंत्र्य संकल्पनेचा विचार करताना स्वातंत्र्य म्हणजे नेमके काय? बंधनांचा अभाव की बंधनांची सक्ती? स्वैराचार की स्वच्छंदीपणा? नियमांची काटेकोर अंमलबजावणी की, नियमांचा हवा तो अर्थ लावणे, इत्यादी प्रश्न मनात येतात. स्वातंत्र्याच्या विविध अभ्यासकांनी केलेल्या व्याख्यांच्या आधारे स्वातंत्र्याचा अर्थ लक्षात घेऊ.

स्वातंत्र्याची व्याख्या

Liberty हा इंग्रजी शब्द लॅटिन शब्द Liber पासून निर्माण झाला आहे. Liber म्हणजे 'स्वतंत्र' किंवा 'बंधनाचा अभाव' होय. थॉमस हॉब्ज याने 'निर्बंधांचा अभाव म्हणजे स्वातंत्र्य' अशी स्वातंत्र्याची व्याख्या केली आहे. त्याच्या मते जेव्हा व्यक्तीवर कोणतेच नियंत्रण नसते तेव्हाच संपूर्ण स्वातंत्र्य संभवते. परंतु ॲरिस्टॉटलने म्हटल्याप्रमाणे मनुष्य हा सामाजिक, विवेकशील आणि राजकीय प्राणी आहे. मनुष्य एकाकी राहूच शकत नाही, जेव्हा व्यक्ती समाजात इतरांबरोबर राहते तेव्हा तिच्या स्वातंत्र्यावर बंधने येतात ती स्वाभाविकच असतात. त्यामुळे अशा परिस्थितीत हॉब्जची व्याख्या अपूर्ण ठरते; कारण समाज/राज्य सर्वांनाच विकासाची समानसंधी देत असते आणि आपापली समान संधी उपभोगताना इतरांच्या स्वातंत्र्याचा संकोच होणार नाही याची व्यक्तीला काळजी घ्यावी लागते, अन्यथा बंधनांच्या अभावातून अराजक, अत्याचार, किंवा अन्याय होण्याचा धोका संभवतो काही विचारवंतांनी स्वातंत्र्याची व्याख्या पुढीलप्रमाणे केली आहे :

१. हर्बर्ट स्पेन्सर यांच्या मते, 'स्वातंत्र्य म्हणजे व्यक्तीला स्वतःच्या इच्छेनुसार वागण्याची संधी देणे, परंतु तिचे इतरांच्या अधिकारावर आक्रमण होणार नाही अशी बंधने तिच्यावर लादणे होय.'

२. मॅकेनी यांच्या मते, 'स्वातंत्र्य म्हणजे सर्व प्रकारच्या बंधनांचा अभाव नाहीतर अनुचित बंधनाऐवजी उचित बंधनाची व्यवस्था करणे होय.'

३. रॅम्से मूर यांच्या मते, 'व्यक्तींना किंवा राष्ट्र, चर्च, कामगार संघटना, यासारख्या नैसर्गिक व स्वयंस्फूर्त समूहांना आपल्या विचारांचे चिंतन, आविष्करण व त्यानुसार कृती करण्याचा, आपल्या अंगच्या गुणांचा आपल्या पद्धतीने कायद्याच्या संरक्षणाखाली उपयोग करून घेण्याचा सुरक्षित अधिकार स्वातंत्र्यातून मिळतो. अट एकच की, 'त्यांनी इतरांच्या अशाच अधिकारांना बाधा पोहचवता कामा नये.'

४. जे.एस. मिल याने 'On Liberty' या ग्रंथात स्वातंत्र्य संकल्पनेचा विचार विस्तृतपणे मांडला आहे. त्यांच्या मते व्यक्ती स्वसंबंधित कृतींचे स्वातंत्र्य व इतरांशी संबंधित कृतींचे स्वातंत्र्य अशी मानवी कृतींची दोन विभागात विभागणी करतो.

'स्व' संबंधित कृती करण्याचे पूर्व स्वातंत्र्य व्यक्तीला असावे कारण त्याचे परिणाम व्यक्तीला स्वतःला भोगावे लागतात. त्याची तिला कल्पना असते परंतु इतरांशी संबंधित कृतींचे स्वातंत्र्यावर मात्र मर्यादा किंवा बंधने घालणे त्याला आवश्यक वाटते कारण त्याचे परिणाम इतर व्यक्तींवर समाजावर होत असतात.

वरील व्याख्यांच्या आशयावरून थोडक्यात असे म्हणता येईल की, स्वातंत्र्य म्हणजे व्यक्तीला आपला सर्वांगीण विकास करून घेण्यासाठी योग्य परिस्थिती व समान संधी उपलब्ध करून देणे, होय. एका बाजूला व्यक्तीला तिच्या इच्छेनुसार कार्य करण्याची मुभा देणे परंतु दुसऱ्या बाजूला त्यामुळे इतरांच्या अधिकारांवर आक्रमण होणार नाही, याची काळजी घेणे होय.

'स्वातंत्र्य' संकल्पनेचा विकास

प्राचीन काळातील ग्रीकांना आणि हिंदूंनाही आत्मा, पुर्नजन्माच्या चक्रातून मुक्त होणे म्हणजे स्वातंत्र्य वाटत होते. थॉमस हॉब्जने 'बंधनांचा अभाव' म्हणजे स्वातंत्र्य अशी व्याख्या केली. जॉन लॉकने स्वातंत्र्याच्या संकल्पनेत नैतिक चौकटीचा विचार केला आहे; ही नैतिक चौकट नैसर्गिक कायद्यांवर आधारलेली आहे. त्यामध्ये सगतेच्या तत्त्वाचा विचार आहे. लॉकच्या मते, स्वातंत्र्याचा जीविताचा व मालमत्तेचा अधिकार हा नैसर्गिक अधिकार आहे. त्यामुळे प्रत्येकाने समतेच्या तत्त्वाचे उल्लंघन न करता स्वातंत्र्याचा उपभोग घ्यावा. समतेचा बळी देऊन स्वातंत्र्य मिरवू नये; स्वातंत्र्याचा अधिकार हा निसर्गावस्थेपासून व्यक्तीला आहे. स्वातंत्र्य हे मनुष्य स्वभावाचे अभिन्न अंग आहे; म्हणून ते मनुष्यापासून वेगळे करता येत नाही. तात्पर्य, कोणीही व्यक्तीचे स्वातंत्र्य हिरावून घेऊ शकत नाही. लॉकने 'बंधनाचा अभाव' व 'निवडीचे स्वातंत्र्य' हे दोन घटक मनुष्याच्या स्वातंत्र्यासाठी अपरिहार्य मानले आहेत, पण त्याने योग्य पर्यायांची निवड करण्यासाठी अनुकूल परिस्थिती निर्माण करण्याचा कोणताही मार्ग सुचविलेला नाही. त्यामुळे हॉब्जप्रमाणेच लॉकची स्वातंत्र्याची कल्पना व्यक्ती स्वातंत्र्यापुरतीच मर्यादित ठरते. स्वातंत्र्यामध्ये निर्माण होणारे अडथळे आणि असमानता यांचा विचार त्याने केलेला दिसत नाही. ही उणीव काही प्रमाणात रुसोने भरून काढली. त्याने स्वातंत्र्याचा सामूहिक दृष्टिकोनातून विचार केला. व्यक्तीने संपूर्ण समुदायाच्या हितासाठी/कल्याणासाठी स्वतःच्या स्वार्थाला बाजूला ठेवावे असा विचार 'सामूहिक ईहा' या संकल्पनेद्वारे मांडला. त्याने स्वातंत्र्याला नैसर्गिक अधिकार न मानता नागरी व राजकीय अधिकार मानले आहे. त्यामुळे विषमता हा स्वातंत्र्यप्राप्तीतील अडथळा आहे. ती विषमता जोपर्यंत दूर होत नाही, तोपर्यंत 'स्वातंत्र्य' प्रस्थापित होऊ शकत नाही अशी तो भूमिका घेतो. कायद्याचे पालन करणाऱ्या समूहामध्येच व्यक्तीस्वातंत्र्य असू शकते. कायद्याच्या पालनातून

स्वातंत्र्याचा मार्ग आहे. रुसोच्या मते 'मनुष्य जन्मतः स्वतंत्र आहे, परंतु तो सर्वत्र शृंखलांमध्ये बंदिस्त आहे.'

उपयोगितावाद्यांनी स्वातंत्र्याचा संबंध सुखप्राप्तीशी जोडला आहे. उपयोगितावाद्यांच्या मते, स्वातंत्र्य आणि सुख यांच्यात परस्पर संबंध आहे. सुखाची प्राप्ती दुःख टाळण्यासाठी स्वातंत्र्य आवश्यक मानले आहे. मात्र उपयुक्ततावाद्यांनी गुणात्मक व संख्यात्मक सुखात फरक केलेला नाही. त्यामुळेही उपयुक्ततावादी स्वातंत्र्याच्या कल्पनेत, नैतिक जबाबदारीचा अभाव आढळतो. बेंथॅम या उपयोगितावादी विचारवंताचा शिष्य असलेल्या जे.एस. मिलने आपल्या 'On Liberty' या ग्रंथात स्वातंत्र्याचा आशय विस्तृतपणे व्यक्त केला आहे.

जे.एस. मिल हा उदारमतवाद, व्यक्तिवादाचा पुरस्कर्ता म्हणून ओळखला जातो. त्याने समाज, राज्यापेक्षा व्यक्तिहिताचा अधिक विचार केला. त्याच्या मते, 'समाजाच्या आणि राज्याच्या सामूहिक निर्णयामुळे एका व्यक्तीचे मतही डावलले जाऊ नये.' त्याने आपल्या 'On Liberty' या ग्रंथात राज्य व समाजाच्या हस्तक्षेपापासून व्यक्तिस्वातंत्र्याला सुरक्षित कसे ठेवता येईल याबाबत आग्रहाने भूमिका मांडली. म्हणूनच बेंथॅमचा उपयुक्ततावाद त्याने नव्या स्वरूपात मांडून व्यक्तिविकास साधण्याचा प्रयत्न केला. त्याने उपयुक्ततेचे तत्त्व लागू करताना सुखाचा संख्यात्मक व गुणात्मक दृष्टीने विचार केला. तसेच उपयुक्ततावादाला पारंपरिक नीतिमूल्यांपासून वेगळे काढून व्यावहारिक नीतिविषयांशी जोडले. जेणेकरून एका व्यक्तीचे सुख साधताना इतर व्यक्तींच्या सुखावर किंवा स्वातंत्र्यावर गदा येणार नाही. त्याने आपल्या ग्रंथात स्वातंत्र्याच्या तीन पैलूंचा विचार केला. विचार व्यक्त करण्याचे स्वातंत्र्य (अभिव्यक्ती स्वातंत्र्य), वैयक्तिक स्वातंत्र्य, कृती स्वातंत्र्य. त्याने अभिव्यक्ती स्वातंत्र्यात असे म्हटले आहे की, योग्य व अयोग्य मतानांही व्यक्त करण्याची संधी व्यक्तीला देण्यात यावी; कारण त्यातूनच अंतिम सत्य सापडू शकेल, अशी भूमिका घेतली. त्याच्या मते, 'परस्परविरोधी मतांच्या संघर्षातून विचार व प्रगतीला चालना मिळते.' दुसरे, त्याच्या मते, 'वैयक्तिक स्वातंत्र्य असल्यास व्यक्ती समाजातील प्रथा, परंपरा आणि आचारपद्धतींचे अंधानुकरण करत नाही. स्वतःच्या अनुभवावर आधारित आचारपद्धती स्वीकारते. जुलूम, अन्यायाच्या विरोधात वैयक्तिक स्वातंत्र्याचे समर्थन केले आहे.

तिसरे, म्हणजे कृती स्वातंत्र्याचे दोन प्रकार सांगितले आहेत – अ) स्वसंबंधित कृती व ब) इतरांशी संबंधित कृती, स्वसंबंधित कृतींचे बरे–वाईट परिणाम व्यक्तीला स्वत:ला भोगायचे असल्याने त्या कृती करण्याचे १०० % स्वातंत्र्य असावे. त्या कृतींच्या बाबतीत व्यक्ती सार्वभौम असावी अशी भूमिका घेण्यात येते. इतरांशी संबंधित कृतींच्या बाबतीत व्यक्तीच्या कृतींमुळे इतरांचे नुकसान होत असल्यास

त्यावर निर्बंध घालणे त्याला आवश्यक वाटते. तथापि, प्रत्यक्षात स्वसंबंधित कृती आणि इतरांशी संबंधित कृती यांमध्ये स्पष्ट सीमारेषा आखणे कठीण आहे.

कार्लमार्क्सची स्वातंत्र्यविषयक कल्पना

मार्क्सच्या मते, 'निसर्गाचे मानवरूप व मानवाचे निसर्गरूप आविष्कृत होणे म्हणजेच मानव व निसर्ग एकरूप होणे, हेच स्वातंत्र्याचे खरे लक्षण असते.' स्वातंत्र्यात माणसाला स्वत:च्या सामाजिकत्वाची म्हणजेच मानवत्वाची अचूक ओळख झालेली असते. तो स्वत:च्या शक्तींना सामाजिक शक्ती म्हणून ओळखतो. परंतु तशी परिस्थिती निर्माण झाली पाहिजे. बूर्झ्वा व्यवस्थेत भांडवलदार कामगारांच्या श्रमांची चोरी करतात. त्याला त्याच्या उत्पादित वस्तूंपासून वेगळे करतात; म्हणजे तो ज्या वस्तूंचे उत्पादन करतो त्याचा पगाररूपी मोबदला त्याला मिळतो पण त्या उत्पादनावर त्यांची मालकी रहात नाही. त्यांच्यात परात्मभाव निर्माण होतो. त्याची सर्जनशक्ती नष्ट होते. तो यंत्रवत बनतो. राज्यसंस्था देखील या परात्मतेचे प्रतिनिधित्व करून भांडवलदारांची बाजू घेते. मार्क्सच्या मते, संपूर्ण व्यवस्थाच अमानुष असून तिचे संपूर्ण उच्चाटन होणे आणि खाजगी मालकीवर आधारित अर्थव्यवस्थेचा डोलारा मुळासकट नष्ट होणे, हाच मानवी स्वातंत्र्याचा एकमेव मार्ग आहे. कामगार संघटित होऊन क्रांती करून बूर्झ्वा लोकशाही नष्ट करतील व उत्पादन व्यवस्थेवर स्वत:चे नियंत्रण प्रस्थापित करतील, तेव्हाच खाजगी मालमत्ता नष्ट होईल, स्पर्धा संपेल, श्रमिकांची नव्हे तर संपूर्ण समाजाचीच भांडवलशाहीच्या भ्रामक स्वातंत्र्यातून सुटका होईल, आणि खरे स्वातंत्र्य सर्वांना लाभेल. थोडक्यात, मार्क्सने 'स्वातंत्र्याचा अभाव' ही संकल्पना मांडून व्यक्तीला जर स्वत:ला अभिव्यक्त करता येत नाही अशी परिस्थिती असेल तर ती स्वतंत्र नाही असे म्हणावे असे सांगितले. मार्क्सच्या दृष्टिकोनातून व्यक्तिला स्वत:च्या व्यक्तिमत्त्वाची जाणीव होणे म्हणजे 'स्वातंत्र्य' होय. मार्क्सने व्यक्तीला स्वातंत्र्य न मिळण्याच्या प्रक्रियेला 'दुरावलेपण' संबोधले आहे. हे 'दुरावालेपण' जेवढ्या लवकर संपेल तेवढी व्यक्ती लवकर स्वतंत्र होईल हे केवळ श्रमिकांच्या क्रांतीतून शक्य आहे, असे मार्क्सला वाटते.

स्वातंत्र्य रक्षणाचे मार्ग

स्वातंत्र्य सुरक्षित राहण्याच्या दृष्टीने राज्यसंस्थेकडून पुढील गोष्टींची हमी व्यक्तींना मिळाली पाहिजे.

१) कोणालाही विशेषाधिकार दिले जाणार नाहीत.

२) शासनाचे स्वरूप लोकशाहीचे राहील.

३) सत्ताविभाजनाचे तत्त्व स्वीकारण्यात येऊन कायदेमंडळ, कार्यकारीमंडळ व न्याय मंडळ या शासनाच्या शाखा परस्परांपासून स्वतंत्र ठेवण्यात येतील.

४) कोणाचेही अधिकार अन्य कोणाच्या मर्जीवर अवलंबून राहणार नाहीत.

५) न्यायलये स्वतंत्र व निःपक्षपाती राहतील.

६) सर्व शासकीय-केंद्राचे अधिकार सीमित असतील.

७) वृत्तपत्रांचे स्वातंत्र्य अबाधित राहील.

८) देशात कायद्याचे अधिराज्य राहील इ.

स्वातंत्र्याचे वर्गीकरण : सकारात्मक स्वातंत्र्य आणि नकारात्मक स्वातंत्र्य

स्वातंत्र्याची आधुनिक संकल्पना साकार करणारे विचारवंत 'इसाया बर्लिन' हे आहेत. त्यांनी आपल्या 'Two Concepts of Liberty' (१९६९) (स्वातंत्र्याच्या दोन संकल्पना) या ग्रंथात सकारात्मक (Positive Liberty) आणि नकारात्मक (Negative Liberty) या दोन संज्ञातील भेद पुढीलप्रमाणे स्पष्ट केला आहे.

नकारात्मक स्वातंत्र्य म्हणजे व्यक्तीला जे करायचे असते किंवा व्हायचे असते ते करण्याची किंवा होण्याची तिला मोकळीक असते. इतरांकडून त्यात हस्तक्षेप न होणे असे करण्यामागे त्याने दोन सूत्रे मांडली आहेत- १) प्रत्येक व्यक्तीला आपले हितसंबंध चांगल्या रीतीने कळतात; प्रत्येकाला विवेकबुद्धी आहे. २) राज्याची भूमिका मर्यादित असावी. बर्लिनच्या मते, कृती करण्याचे स्वातंत्र्य म्हणजे 'नकारात्मक स्वातंत्र्य.' येथे प्रत्यक्ष कृती महत्त्वाची नसून कृती करण्याची संधी मिळणे महत्त्वाचे आहे. व्यक्तीला नकारात्मक स्वातंत्र्य प्रदान करताना राज्य केवळ आपल्यावर संयम ठेवत असते. सामाजिक व्यवस्थेत कोणतीही ढवळाढवळ करत नाही. अर्थात, या प्रकारचे स्वातंत्र्य जनसामान्यांसाठी उपयुक्त नाही तर त्या लोकांसाठी महत्त्वपूर्ण ठरते की, जे स्वयं आपल्या जीवनाला अपेक्षित रूप देण्यासाठी समर्थ असतील. परंतु जे लोक समाजिक-आर्थिक समस्यांनी घेरलेले असतात आणि आपल्या जीवनास सावरण्यास पूर्णत: असमर्थ असतात, त्यांच्यासाठी सकारात्मक स्वातंत्र्याची व्यवस्था अत्यावश्यक ठरते. मात्र नकारात्मक स्वातंत्र्याची कल्पना परिणामांचा विचार करत नाही व गुणवत्तेला महत्त्व देत नाही हा त्यातील दोष आहे.

सकारात्मक स्वातंत्र्य म्हणजे, व्यक्तीचे जीवन व त्याचे निर्णय हे त्याचे स्वत:चेच असतात आणि त्यांच्यासाठी तो कोणत्याही प्रकाराच्या बाह्यशक्तीवर विसंबून नसतो. अशा माणसाला स्वत:च्या संकल्पांचे साधन बनायचे असते, इतरांच्या नव्हे. त्याला जे काही करायचे असते त्यामागील कारणे व प्रभाव बाहेरून लादलेली नसतात. त्याला स्वत: निर्णय घेणारा, स्वत:ला दिशा देणारा व स्वत:ची साध्ये निश्चित करणारा कर्ता व्हायचे असते, त्याच्यासाठी तो स्वत:च निर्णय घेतो इतर कोणीही नाही. सकारात्मक अर्थाने स्वतंत्र असणाऱ्या माणसाची व्याख्या इसाया बर्लिनने पुढीलप्रमाणे केली आहे- 'जी व्यक्ती स्वायत्त, स्वयंनिर्णयक्षम, विचार, संकल्प करणारी आणि कृतिशील असेल,

जी स्वत: केलेल्या निवडींची जबाबदारी स्वत:वर घेणारी आणि त्याबद्दलचे स्पष्टीकरण स्वत:च्या विचारांच्या व हेतूंच्या आधारे देऊ शकणारी असेल ती सकारत्मक स्वातंत्र्य उपभोगते, असे म्हणता येईल.' सोप्या शब्दांत सांगायचे झाल्यास, 'माझ्या कामात इतरांचा हस्तक्षेप किती होतो?' या प्रश्नाचे उत्तर जर 'फारसा होत नाही' असे असले तर ते 'नकारात्मक स्वातंत्र्य' असते, आणि 'माझ्यावर कोण सत्ता चालवतो?' या प्रश्नाचे उत्तर जर 'मीच' असे असेल तर ते 'सकारात्मक स्वातंत्र्य' असते.

१) सकारात्मक स्वातंत्र्य हे कृती करण्याचे स्वातंत्र्य आहे. यामध्ये संधी मिळवून त्यांचा उपयोग करणे, अपेक्षित आहे; पण नकारात्मक स्वातंत्र्यामध्ये केवळ संधी असण्याचा विचार केला आहे. सकारात्मक स्वातंत्र्य व्यक्तीला कायदा अथवा श्रेष्ठीजनांकडून दिशादर्शन केले जाईल असे गृहीत मानते. रुसो, हर्बर्ट मार्क्यूज यांनी सकारात्मक स्वातंत्र्याचा पुरस्कार केला. सामूहिक नियंत्रण हे सकारात्मक स्वातंत्र्यात अपेक्षित आहे. सर्वांच्या कल्याणासाठी थोडीशी सक्ती करण्यास हरकत नसावी, असे ही कल्पना मानते.

मात्र सकारात्मक स्वातंत्र्याचा अतिरेक झाल्यास हुकूमशाही प्रस्थापित होण्याचा तसेच अल्पसंख्याकांचे हक्क असुरक्षित राहण्याचा धोका संभवतो म्हणूनच जे. एस. मिलने नकारात्मक स्वातंत्र्याचे समर्थन केले आहे.

थोडक्यात, सकारात्मक स्वातंत्र्याचा हा अर्थ आहे की दुर्बल वर्गाच्या सामाजिक आणि आर्थिक दुर्बलतेला दूर करण्यासाठी ठोस प्रयत्न केल जावेत, ज्यामुळे सर्वांना आपल्या कल्याणाच्या साधनांची जुळवाजुळव करण्यासाठी योग्य संधी मिळेल. त्यासाठी सामाजिक, आर्थिक नियंत्रणाची गरज भासू शकते.

२) सकारात्मक स्वातंत्र्याचा संबंध व्यक्तीच्या क्षमतांशी व सामर्थ्यांशी असतो. त्यामुळे ते स्वातंत्र्य व्यक्तीच्या गुणधर्मांशी म्हणजे तिची पात्रता, अपात्रता, गुणवत्ता, साधनसंपत्ती संधी इ. गोष्टींशी निगडित असते. या स्वातंत्र्याचा उपभोग केवळ भोवतालच्या परिस्थितीवर नव्हे तर व्यक्तीच्या तयारीवरच अवलंबून असतो. याउलट, शासनाकडून किंवा इतर कोणत्याही सामर्थ्यशाली व्यक्ती वा संघटनांकडून येणाऱ्या दबाव-दडपणापासून व्यक्ती मुक्त असणे हे त्यांच्या नकारात्मक स्वातंत्र्याचे लक्षण आहे.

नकारात्मक स्वातंत्र्य म्हणजे बाह्यअडथळ्यांची अनुपस्थिती आणि सकारात्मक स्वातंत्र्य म्हणजे अंतर्गत अडथळ्यांवर केली जाणारी कृतिशील मात असा स्वातंत्र्याचा अर्थ घेतल्यास पुढील प्रश्न निर्माण होतात. कोणत्या प्रकारच्या हस्तक्षेपांना स्वातंत्र्याला मारक ठरवायचे आणि कोणते तसे नाहीत असे म्हणायचे? व्यक्तीच्या स्वातंत्र्यावरील अडथळा कोणत्या कसोटीवर ठरवायचा? कृती अशक्य झाली तर व्यक्ती अ - स्वतंत्र, एरव्ही स्वतंत्र असे मानायचे काय? असे प्रश्न निर्माण होतात त्यामुळे

स्वातंत्र्य संकल्पना समजून घेताना अडचणी येतात व्यक्ती स्वातंत्र्याचा विचार करताना समाजातील प्रत्येक व्यक्तीच्या हिताचा विचार करणे आवश्यक ठरते. प्रत्येक व्यक्तीला आपला विकास करून घेण्यासाठी स्वातंत्र्य हवे असते, संधी हवी असते. तेव्हा इतर व्यक्तींच्या स्वातंत्र्याचा, विकासाचा विचार करून काही विवेकीबंधने व्यक्तिस्वातंत्र्यावर लादावी लागतात. विवेकीबंधने लादून व्यक्तीला विकासाची जास्तीत जास्त संधी उपलब्ध करुन देण्याचे कार्य राज्यसंस्था करत असते. समाजातील प्रत्येक व्यक्तीला स्वातंत्र्याचा उपभोग घेता यावा, आपला विकास करून घेता यावा अशी परिस्थिती निर्माण करण्याचे कार्य राज्याला करावे लागते. थोडक्यात, व्यक्तीच्या स्वातंत्र्यावर कमीतकमी बंधने लादून व्यक्तीचा सर्वांगीण विकास साधणे हा उद्देश 'स्वातंत्र्य' या संकल्पनेच्या पाठीशी असतो.

स्वातंत्र्याचे प्रकार : स्वातंत्र्याचे महत्त्वाचे प्रकार पुढीलप्रमाणे सांगता येतील.

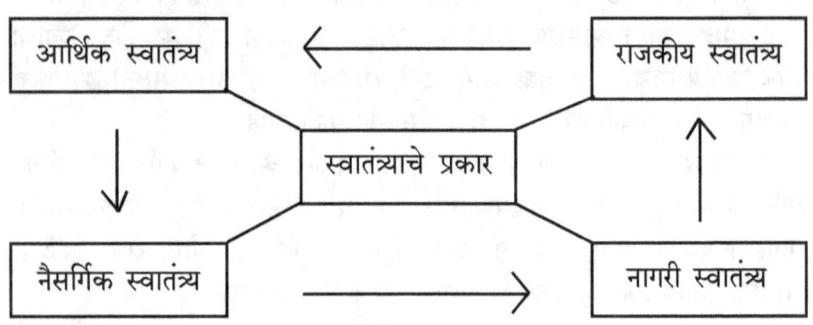

१) नैसर्गिक स्वातंत्र्य (Natural Liberty)

समाज व राज्य निर्माण होण्यापूर्वी व्यक्ती निसर्गाअवस्थेत राहात होत्या. निसर्गावस्थेत व्यक्ती स्वतंत्र्य व बंधनमुक्त जीवन जगत होती. त्यामुळे निसर्गावस्थेत प्रत्येकाला नैसर्गिक स्वातंत्र्य होते. निसर्गाव्यवस्थेत व्यक्तीला जीविताचा, मालमत्तेचा आणि स्वातंत्र्याचा असे नैसर्गिक हक्क होते की, जे त्यांच्याकडून कोणीही हिरावून घेऊ शकत नव्हते. तरीही बलशाली व्यक्ती दुर्बल, अशक्त लोकांवर अन्याय करीत होत्या. त्यामुळे निसर्गावस्था एका टप्प्यावर सोडून देणे क्रमप्राप्त ठरले आणि मग हॉब्ज, लॉक व रुसोने सांगितल्याप्रमाणे सामाजिक करारातून राज्याची निर्मिती झाली व व्यक्तीने काही बंधने, मर्यादा स्वीकारल्या म्हणजे राजकीय जीवनाची सुरुवात झाल्यावर व्यक्ती काही नैसर्गिक हक्कांना मुकली.

२) नागरी स्वातंत्र्य (Civil Liberty)

समाज व राज्याचा घटक या नात्याने व्यक्तीला जे स्वातंत्र्य प्राप्त होते त्यास

'नागरी स्वातंत्र्य' असे म्हणतात. राज्याकडून व्यक्तीला काही नागरी अधिकार प्राप्त होतात की, ज्याच्यामुळे व्यक्तीला आपला सर्वांगीण विकास साधता येतो. सामान्यतः प्रत्येक देशाच्या राज्यघटनेत मूलभूत अधिकाराचा समावेश केलेला असतो. भाषा व लेखन, संघटना व्यवसाय, धार्मिक इत्यादी स्वातंत्र्ये नागरी स्वातंत्र्यात येतात. ह्या नागरी स्वातंत्र्यांना न्यायालयीन संरक्षण दिले जाते. नागरी स्वातंत्र्य समानतेच्या तत्त्वावर आधारित असते. त्यामुळे आपल्या स्वातंत्र्याचा उपभोग घेताना इतरांच्या स्वातंत्र्याची कदर करावी लागते. लोकशाही राज्यात नागरी स्वातंत्र्य अधिक जबाबदारीने व जाणीवपूर्वक जोपासले जाते. सर्वंकष हुकूमशाही राज्यात नागरी स्वातंत्र्याचा पूर्णपणे संकोच झालेला असतो.

३) राजकीय स्वातंत्र्य (Political Liberty)

'नागरिकांना राज्यकारभारात सहभागी होण्यासाठी देण्यात येणारे अधिकार म्हणजे राजकीय स्वातंत्र्य होय.' उदा. मतदानाचा अधिकार, निवडणूक लढवण्याचा अधिकार, सार्वजनिक पदे स्वीकारण्याचा अधिकार, शासनावर टीका करण्याचा अधिकार, इत्यादींचा यात समावेश होतो. लोकशाहीत लोकांकडून प्रतिनिधीची निवड केली जाते व सरकार बनविले जाते. यासाठी राजकीय स्वातंत्र्याची गरज असते. राजकीय पक्षाच्या माध्यमातून लोकांना राज्यकारभारात सहभागी होण्याची संधी मिळते. शिक्षणप्रसारामुळे लोकांना राजकीय अधिकाराचे महत्त्व समजते. योग्य व प्राप्त प्रतिनिधिंची निवड करणे, शासनाला सहकार्य करणे, आवश्यक व योग्य त्या ठिकाणी विरोध करणे, शासकीय धोरणांची अंमलबजावणी होताना सहकार्य करणे या गोष्टी शिक्षणामुळे सुलभ होतात.

४) आर्थिक स्वातंत्र्य (Economic Liberty)

प्रा. लास्की यांच्या मते, 'एखाद्या व्यक्तीचा रोजचा उदरनिर्वाहाचा प्रश्न सोडविण्यासाठी योग्य आणि निश्चित अशी संधी व सुरक्षितता उपलब्ध करून देणे म्हणजे आर्थिक स्वातंत्र्य होय.' आर्थिक स्वातंत्र्यामुळे व्यक्तीच्या प्राथमिक गरजांची पूर्तता होते. मालमत्ता मिळविण्याचा अधिकार, व्यवसाय व उद्योगधंदे निवडण्याचा अधिकार नागरिकांना दिलेले असतात. व्यक्तिविकास व सामाजिक विकास घडवून आणण्यासाठी आर्थिक स्वातंत्र्य देणे हे शासनाचे कर्तव्य मानले जाते.

ब) समता : अर्थ, स्वरूप, प्रकार, सकारात्मक कृती

प्रस्तावना

स्वातंत्र्याप्रमाणेच 'समता' ही देखील आधुनिक राज्यशास्त्रातील महत्त्वाची

संकल्पना आहे. १८ व्या शतकात झालेल्या फ्रेंच राज्यक्रांतीने सर्वप्रथम 'स्वातंत्र्य, समता, बंधुता' या तीन तत्त्वांची घोषणा केली. अमेरिका व भारताने समतेच्या तत्त्वांचा पुरस्कार केलेला आहे.

समता म्हणजे 'सारखेपणा' किंवा 'समान वागणूक' या अर्थाने दैनंदिन जीवनात हा अर्थ लक्षात येतो. परंतु वास्तविकता समता ही संदिग्ध, अमूर्त, अशक्य अशी संकल्पना आहे. आदर्शाच्या पातळीवर ती उच्च स्तरावर मानली जात असली तरी प्रत्यक्षात तिची काटेकोर अंमलबजावणी करणे अवघड आहे. रंग, उंची, लिंग, गुण, कर्तृत्व, स्वभाव, इत्यादी बाबतीतील नैसर्गिक विषमता नष्ट करणे अशक्य आहे. मात्र या आधारे केली जाणारी वांशिक, जातीय, आर्थिक, लैंगिक विषमता की जी मानवनिर्मित आहे ती दूर करणे गरजेचे आहे. म्हणूनच, समता म्हणजे मानवनिर्मित विषमता नष्ट करणे होय. सामाजिक, आर्थिक राजकीय क्षेत्रातील विषमता नष्ट करून सर्वांना समान वागणूक देणे विकासाची समान संधी देणे म्हणजे समता होय, 'अशी समान संधी देण्यासाठी राज्याला आवश्यक परिस्थिती निर्माण करावी लागते. उदा. मागासवर्गीयांच्या, अपंगांच्या, आर्थिकदृष्ट्या दुर्बल घटकांच्या विकासासाठी आरक्षणाचे धोरण ठेवणे. स्वातंत्र्य उपभोगण्यासाठी समाजात 'समता' प्रस्थापित होणे गरजेचे असते. म्हणूनच राज्याने कोणाही व्यक्तीला अथवा व्यक्तिसमूहाला विशेषाधिकार न देता सर्वांना समान मानले पाहिजे. कायद्यासमोर सर्वांना समान मानून विकासाची समान संधी राज्याने दिली तरच खऱ्या अर्थाने समता प्रस्थापित होईल व व्यक्तीचा सर्वांगीण विकास होऊ शकेल.

समतेचा अर्थ

'माणसामाणसांत कृत्रिम भेद निर्माण करणाऱ्या सर्व विशेष अधिकारांचे समाज जीवनातून उच्चाटन करणे.' हा समतेचा पहिला अर्थ आहे. प्रा. लास्की यांच्या मते, 'समता म्हणजे कोणत्याही व्यक्तीला समाजात असे स्थान दिले जाणार नाही की, ती जेणेकरून आपल्या शेजाऱ्यांवर कुरघोडी करू शकेल आणि त्याला आपले नागरीकत्वाचे अधिकार नाकारेल. मात्र समता म्हणजे सार्वत्रिक एकसारखेपणा नव्हे. समता म्हणजे वरकरणी व्यक्ती–व्यक्तीत तफावत असली तरी राजकीय जीवनात सहभाग घेण्याची सर्वांना समान संधी असणे. कायद्यासमोर सर्व व्यक्ती समान असणे, कायद्याने ठरवून दिलेली कर्तव्ये व अधिकार सर्वांना सारखेच असतील, कायद्यान्वये व्यक्ती व्यक्तीत भेदभाव केला जाणार नाही किंवा कोणालाही विशेषअधिकार दिले जाणार नाहीत. समाजात भेदभाव असणारच हे लक्षात घेऊन हे भेदभाव, द्वेष, मत्सर, लहर, मनमानी वृत्तीवर आधारित नसावेत. हे भेदभाव विवेकनिष्ठ आधारावर केले

गेलेले असावेत. हे विवेकनिष्ठ आधार समाजातील सर्वांना माहीत असावेत व त्याबाबत समाजाचे एकमत असले पाहिजे.'

समता प्रस्थापित करण्याचे कार्य राज्यसंस्था घटनेद्वारे करत असते. 'समताधिष्ठित समाज' म्हणजे –

अ) जेव्हा सर्व व्यक्तींना आपल्या व्यक्तिमत्त्वाचा विकास करण्याच्या समान संधी उपलब्ध असतात.

ब) जेव्हा कायद्यासमोर सर्व व्यक्ती समान असतात; म्हणजे कायदा व्यक्तिव्यक्तीत भेदभाव करीत नाही.

क) जेव्हा अधिकाराची विभागणी समाजात समान पद्धतीने झालेली असते.

ड) जेव्हा समाजातील कोणत्याही समूहाला जन्मसिद्ध विशेषाधिकार नसतात.

इ) सत्ता संपादन करण्याची समान संधी सर्वांना असते.

या जोडीनेच अन्यायाविरुद्ध, भेदभावाविरुद्ध आवाज उठवणे, अभिप्रेत असते. म्हणूनच समतेचा लढा हा मनुष्यत्व सिद्ध करण्याचाच लढा म्हणावा लागेल.

समतेचे प्रकार

लॉर्ड प्राईस, प्रा.लास्की व प्रा. बार्कर प्रणीत –

- नैसर्गिक समता (Natural Equality)
- सामाजिक समता (Social Equality)
- नागरी समता (Civil Equality)
- राजकीय समता (Political Equality)
- आर्थिक समता (Economic Equality)
- आंतरराष्ट्रीय समता (International Equality)

अ) नैसर्गिक समता : निसर्गतः समाजातील सर्व व्यक्ती समान आहेत असे समजणे म्हणजे 'नैसर्गिक समता' होय. ॲरिस्टॉटलने नैसर्गिक समता ही संकल्पना नाकारून शारीरिक क्षमता, बौद्धिक पात्रता, कौशल्य इत्यादीतील विषमता मान्य करून गुलामगिरीचे समर्थन केले आहे. जॉन लॉकने सामाजिक समतेचा पुरस्कार केलेला आहे. मानवनिर्मित भेदभावामुळे समाजात विषमता निर्माण झाली. धर्म, वर्ण, जाती, भाषा, संपत्ती यावरून समाजात भेद निर्माण झाले. तेव्हा समाजात निर्माण झालेली कृत्रिम विषमता नष्ट करून नैसर्गिक समता प्रस्थापित करणे महत्त्वाचे आहे.

ब) सामाजिक समता : सामाजिक समता म्हणजे समाजातील सर्व व्यक्तींना समान दर्जा, समान प्रतिष्ठा देणे होय. धर्म, जात, वंश, लिंग, पंथ, वास्तव्य यावरून व्यक्तीव्यक्तींमध्ये भेदभाव न करता सर्वांना विकासाची समान संधी देणे. अमेरिका,

इंग्लंड, येथे वर्णभेद, गुलामगिरी नष्ट करण्याचे प्रयत्न २० व्या शतकात चालू झाले. भारतातही अस्पृश्यता निर्मूलनाचे कार्य याच कालावधीत सुरू झाले. म.फुले, म.गांधी, डॉ. बाबासाहेब आंबेडकर यांनी या संदर्भात महत्त्वाचे कार्य केले. सामाजिक समता ही एकाएकी प्रस्थापित होत नाही. त्यासाठी लोकांचे प्रबोधन, जनजागृती करावी लागते. मात्र एकदा सामाजिक समता प्रस्थापित झाली की, तो समाज प्रगत होतो. त्या समाजातील ऐक्यभाव वाढीस लागतो. समतेच्याअभावी राष्ट्रीय एकात्मता धोक्यात येते. केवळ कायदे तयार करून सामाजिक समता प्रस्थापित होत नाही तर समाजातील प्रत्येक व्यक्तीने दुसऱ्या व्यक्तीशी समतेच्या भावनेने वागून समान प्रतिष्ठा, समान दर्जा जोपासला पाहिजे; तरच सामाजिक प्रतिष्ठा प्रस्थापित होऊ शकेल. म्हणूनच समाजातील प्रत्येक व्यक्तीने दुसऱ्या व्यक्तीशी आदराने वागले पाहिजे.

क) नागरी समता : नागरी समता म्हणजे विधिसिद्ध समता होय. कायद्यासमोर सर्व व्यक्ती समान मानणे म्हणजे 'नागरी समता' होय. कायद्याद्वारे मानवनिर्मित विषमता नष्ट करून नागरी समता प्रस्थापित केली जाते. धर्म, वंश, जात, वर्ण, लिंग, संपत्ती, जन्मठिकाण, इ. भेदभाव न करता सर्वांसाठी एकच कायदा केला जातो. राज्यात शांतता, सुव्यवस्था व स्थैर्य निर्माण करण्यासाठी नागरी समता प्रस्थापित करणे आवश्यक असते.

ड) राजकीय समता : राजकीय समता म्हणजे देशातील प्रत्येक नागरिकाला राज्यकारभारात सहभागी होण्याची समान संधी उपलब्ध करून देणे होय. मतदानाचा हक्क, निवडणूक लढविण्याचा हक्क, सरकारवर टीका करण्याचा हक्क, विशिष्ट प्रश्नावर जनमत जागवण्यासाठी राजकीय संघटना बांधण्याचा हक्क हे राजकीय हक्क राज्याच्या सर्व नागरिकांना सारखेच उपलब्ध असणे आणि उपभोगता येणे याचा अर्थ 'राजकीय समता' असा होतो. प्रत्येक प्रौढ व्यक्तीला आपले प्रतिनिधी निवडण्याचा हक्क असणे, प्रत्येकाला एकच मत देता येणे, पदाची पात्रता धारण करणाऱ्या प्रत्येकाला त्या पदावर जाण्याचा हक्क असणे, कायद्यासमोर सर्व व्यक्ती समान असणे, सर्वांना कायद्याचे समान संरक्षण असणे, कायद्याचे उल्लंघन करणाऱ्यास शिक्षा मिळणे, न्यायालयात दाद मागता येणे, इ.चा अंतर्भाव राजकीय समता या संकल्पनेत होतो.

इ) आर्थिक समता : समाजातील प्रत्येक व्यक्तीला आपल्या जीवनावश्यक गरजा भागविण्याची समान संधी व योग्य परिस्थिती उपलब्ध करून देणे म्हणजे 'आर्थिक समता' होय. आर्थिक समता प्रस्थापित झाल्यावरच राजकीय, सामाजिक समता प्रस्थापित होऊ शकतात. भांडवलशाहीतील आर्थिक विषमतेमुळे संपत्तीचे केंद्रीकरण भांडवलदारांच्या हाती होते व त्यांचेच राज्याच्या सत्तेवर वर्चस्व निर्माण

होते. कामगारांच्या हितसंबंधाकडे दुर्लक्ष केले जाते त्यामुळे त्यांच्या हालअपेष्टात वाढ होते; म्हणूनच कामगारांचे शोषण थांबवून 'समताधिष्ठित समाज' निर्माण करण्यासाठीच मार्क्सने साम्यवादी तत्त्वज्ञान मांडले. मार्क्सच्या मते, समाजातील प्रत्येक व्यक्तीला त्याच्या कुवतीनुसार काम आणि गरजेनुसार वेतन दिल्यास विकास साध्य करून घेता येईल. अर्थात आर्थिक समता म्हणजे सर्वांना समान वेतन देण्यात यावे. म्हणजेच प्रत्येक व्यक्तीला आपले आर्थिक देणे नव्हे तर संपत्तीचे केंद्रीकरण व आर्थिक शोषण थांबवून प्रत्येक व्यक्तीला किमान प्राथमिक जीवनावश्यक गरजांची पूर्तता करता यावी अशी परिस्थिती व संधी उपलब्ध करून देणे. आर्थिक समतेतून व्यक्तीला आर्थिक स्वातंत्र्य प्राप्त होऊन आपला विकास साधणे शक्य होते.

फ) आंतरराष्ट्रीय समता : राष्ट्रांतर्गत राहणाऱ्या व्यक्तींनाही समता लागते. तीच आंतरराष्ट्रीय संदर्भात राष्ट्रांना दिली जाणे म्हणजे आंतरराष्ट्रीय समता होय. एखादे राष्ट्र आकाराने लहान किंवा मोठे, प्रगत किंवा अप्रगत, श्रीमंत किंवा गरीब असे कोणत्याही प्रकारचे असो, पण आंतरराष्ट्रीयत्वाचे तत्त्व असे सांगते की, सर्व राष्ट्रांना सारखीच वर्तणूक दिली गेली पाहिजे. त्यामुळेच जागतिक संघटनेतून लहान व मोठ्या राष्ट्रांचा दर्जा समान मानला जातो. आंतरराष्ट्रीय समतेचा जसा राजकीय संदर्भ आहे तसाच आर्थिक व मानवतावादी संदर्भही आहे. आर्थिक संदर्भात तिचा अर्थ असा सांगता येईल की, जगात जी काही वैज्ञानिक व तंत्रविषयक प्रगती होईल तिचे लाभ जगातील सर्व राष्ट्रांना मिळावेत. मानवतावादी संदर्भात आंतरराष्ट्रीय समता म्हणजे संपूर्ण जगातून गुलामगिरी, वेठबिगार, बालमजुरी, अनारोग्य, मागासलेपणा नष्ट करणे होय.

सकारात्मक कृती (Affirmative Action)

प्रस्तावना

सकारात्मक कृती ही राजकीय सिद्धान्तातील एक महत्त्वपूर्ण संकल्पना आहे. इतिहासामध्ये किंवा भूतकाळामध्ये ज्या घटकांचे शोषण झालेले आहे, ज्यांच्यावर अन्याय झालेला आहे, ज्याचे हक्क हिरावून घेतलेले आहेत किंवा ज्यांना विकासाच्या संधी नाकारल्या आहेत किंवा जे विकासाच्या मुख्य प्रवाहापासून दूर राहिलेले आहेत अशा सर्वच घटकांना न्याय देणारे धोरण म्हणजे 'सकारात्मक कृती' होय. ज्या घटकांचे शोषण झालेले आहे, जे घटक वंचित आहेत त्यांना त्या शोषणातून, वंचिततेतून बाहेर काढण्यासाठी सकारात्मक कृतीचे धोरण आखले जाते. थोडक्यात, वंचित, शोषित घटकांवरील अन्याय दूर करून त्यांना न्याय देणारे असे हे धोरण आहे. सकारात्मक कृतीचे धोरण समाजामध्ये अस्तित्वात असलेली विषमता दूर करण्याचा प्रयत्न करताना

दिसते. राज्यसंस्थेचे समाजातील दुर्बल घटकांना अधिक झुकते माप किंवा वाटा देण्याचे धोरण म्हणजे सकारात्मक कृतीचे धोरण आहे, असे म्हटले जाते. समाजातील साधनांचे न्याय्य तत्त्वावर आधारित पुनर्वाटप करून वंचित घटकांना त्याचा फायदा मिळवून देणे हा सकारात्मक कृती धोरणाचा मुख्य उद्देश आहे.

भारतीय समाजामध्ये विषमता आहे. भारतीय समाज जातींचा मिळून बनलेला आहे. श्रेष्ठ व कनिष्ठ जाती अशी या समाजाची रचना आहे. कनिष्ठ जातींचे वरिष्ठ जातींकडून शोषण केलेले आहे. वरिष्ठ किंवा उच्च जातींनी कनिष्ठ किंवा दलित जातींना न्याय्य हक्क नाकारले. शिक्षणापासून वंचित ठेवले. पिढ्यान्पिढ्या शिक्षणापासून दलित वंचित समाज दूर राहिल्याने तो अज्ञानी व दारिद्र्यात जीवन जगत होता. या दलित, कनिष्ठ, वंचित समूहांना न्याय देण्यासाठी भारतामध्ये सकारात्मक कृतीचे धोरण स्वीकारले गेले.

शिक्षणातून विकास होऊ शकतो. यानुसार शोषित, वंचित घटकांना शिक्षणाचा हक्क मिळवून देणे. केवळ हक्क देऊन न थांबता शिक्षण घेण्यासाठीची समान संधी उपलब्ध करून देणे. शिक्षणाबरोबरच रोजगाराचा हक्क व समान संधी उपलब्ध करून देण्याचा जाणीवपूर्वक व औपचारिक प्रयत्न सकारात्मक कृतीचे धोरण करते. भूतकाळामध्ये झालेला भेदभाव, मिळालेली पक्षपाती वागणूक व वर्तमानकाळातील विषमतांवर मात करण्याची क्षमता या शोषित, वंचित घटकांमध्ये निर्माण व्हावी हा या सकारात्मक कृतीमागील मुख्य हेतू आहे. नागरिकत्वाचा पूर्ण हक्क या घटकाला मिळवून देण्यासाठी सकारात्मक कृती धोरण गरजेचे आहे. भारतामध्ये इतर मागासवर्ग, अनुसूचित जाती, जमाती यांना आरक्षण देण्यात आलेले आहे. हे आरक्षण म्हणजेच सकारात्मक कृतीचे धोरण होय.

व्याख्या

१) भूतकाळात शोषण झालेल्या सामाजिक घटकांना न्याय देणारे धोरण म्हणजे सकारात्मक कृती होय.

२) राज्याने समाजातील विशिष्ट गटांना अधिक झुकते माप किंवा वाटा देण्याचे धोरण म्हणजे 'सकारात्मक कृती' होय.

सकारात्मक कृती धोरणाची वैशिष्ट्ये

१) आरक्षण

समाजातील दुर्बल, वंचित, ओबीसी, अनुसूचित जाती, जमाती यांचे शोषण झालेले आहे. त्यांना विकासापासून दूर ठेवण्यात आलेले आहे. त्यांचा विकास होण्यासाठी व त्यांना समाजाच्या मुख्य प्रवाहामध्ये सामील होण्यासाठी शिक्षण,

नोकरी व राजकीय क्षेत्रामध्ये त्यांच्या लोकसंख्येच्या प्रमाणामध्ये काही जागा राखीव ठेवण्यात आलेल्या आहेत. थोडक्यात, आरक्षणाच्या माध्यमातून वंचित, दुर्बल घटकांना न्याय देण्याचा प्रयत्न केलेला आहे.

२) समान संधी

विकासाची प्रत्येकाला समान संधी मिळाली पाहिजे; परंतु भारतीय समाजव्यवस्थेमध्ये सामाजिक विषमता असल्याने मागास जातींना विकासाची समान संधी उपलब्ध नव्हती. भारतीय राज्यघटनेने समान संधी तत्त्वाचा स्वीकार केला आहे. नोकरभरतीमध्ये कोणत्याही प्रकारचा भेदाभेद केला जाणार नाही. याउलट, राज्य व इतर संस्थांनी अशी प्रक्रिया राबवावी की ज्यामुळे नोकरभरतीमध्ये वंचित व शोषित घटकांमधील व्यक्तींना रोजगाराची समान संधी उपलब्ध करून दिली जावी; तसेच शिक्षणाच्या क्षेत्रातही समान संधी उपलब्ध करून दिली जाते. केवळ समान संधी देऊन वंचित, दुर्बल घटकांचा विकास होणार नाही, तर या घटकातील व्यक्तींना प्रशिक्षण देऊन रोजगार मिळू शकेल.

३) समता

सकारात्मक कृतीमध्ये समतेला महत्त्वाचे स्थान आहे. भेदाभेद किंवा विषमता न करणाऱ्या तत्त्वाचा सकारात्मक कृतीमध्ये स्वीकार केला जातो. सर्व प्रकारची विषमता नष्ट करून प्रत्येक व्यक्तीला विकासाची समान संधी उपलब्ध करून देणे म्हणजे समता होय. धर्म, जात, वंश, लिंग, भाषा अशा कोणत्याही कारणांवरून व्यक्ती-व्यक्तीमध्ये भेदाभेद केला जाऊ नये; परंतु प्रत्यक्षात समाजामध्ये दुर्बल, वंचित घटकांना भेदभावाची वागणूक दिली जाते व समता नाकारली जाते. सकारात्मक कृतीच्या माध्यमातून समता प्रस्थापित करण्याचा प्रयत्न केला जातो.

४) न्याय

सर्वांना न्याय्य वागणूक हे तत्त्व सकारात्मक कृतीमध्ये महत्त्वाचे आहे. व्यक्तीची सामाजिक ओळख कोणती आहे, त्यावरती न्याय आधारलेला असतो; परंतु सकारात्मक कृतीमध्ये व्यक्तीची सामाजिक ओळख किंवा स्थान विचारात न घेता सर्वांना न्याय्य वागणूक देण्यावर भर दिला जातो.

५) कौशल्य व क्षमतांचा विकास

समाजातील दुर्बल, वंचित घटकातील व्यक्तीला केवळ समता, न्याय, समान संधी देऊन तिच्या व्यक्तिमत्त्वाचा सर्वांगीण विकास करता येणार नाही, तर त्याच्यामध्ये कौशल्ये विकसित झाली पाहिजेत व क्षमतांचा विकास या गोष्टी सकारात्मक कृतीत अभिप्रेत आहेत.

अमेरिकन अध्यक्ष लिंडन जॉन्सन यांच्या मते, अमेरिकेत कृष्णवर्णीयांसाठी केवळ औपचारिक व कायदेशीर समता पुरेशी नाही, तर त्याची कौशल्ये व क्षमतांचा विकास केला गेला पाहिजे. भारतामध्येदेखील शोषित, दलित समाजाला न्याय मिळवून देण्यासाठी सकारात्मक कृतीच्या धोरणानुसार अनेक तरतुदी राज्यघटनेत केलेल्या आहेत.

भारतातील सकारात्मक कृती

भारतीय राज्यघटनेमध्ये सामाजिक न्याय तत्त्वावर आधारित समाजातील दुर्बल घटकांना अधिक सवलती देण्याचे धोरण स्वीकारले आहे. तसेच सर्वांना भेदभावाविरुद्ध समान संरक्षण देण्यात आलेले आहे. भारतीय राज्यघटनेतील १५(४), १६(४), ४६, ३३० व ३३२ ही कलमे सकारात्मक कृतीचे धोरण व्यक्त करतात.

राज्यघटनेतील सवलती

१) लोकसभा, विधानसभेमध्ये अनुसूचित जाती-जमातींसाठी राखीव जागा ठेवण्यात आल्या आहेत. तसेच सरकारी नोकऱ्या व शैक्षणिक संस्थांमध्ये या वर्गांसाठी राखीव जागा ठेवल्या आहेत.

२) अनुसूचित जाती, जमाती, महिला या घटकांना शिष्यवृत्ती, अनुदान, कर्ज, जमिनीचे वाटप, आरोग्यसेवा व कायदेविषयक मदत याबाबत विशेष सवलती दिल्या आहेत.

३) दुर्बल घटकांना शोषणाविरुद्ध विशेष संरक्षण देण्यात आले आहे. उदा. वेठबिगारीविरुद्ध कायदा.

एकूणच राज्य सामाजिकदृष्ट्या मागासालेल्या अनुसूचित जाती, जमातींकडे सकारात्मक कृतीद्वारे विशेष लक्ष देत आहे. भूतकाळामध्ये अनुसूचित जाती-जमातींवर झालेला अन्याय दूर करण्यासाठी व त्यांना समान नागरिकत्व देण्यासाठी सकारात्मक कृतीद्वारे प्रयत्न केला जात आहे. १९९० च्या सुमारास सकारात्मक कृतीच्या धोरणामध्ये इतर मागासवर्गीयांचा समावेश केला गेला. भारतात सकारात्मक कृती ही प्रामुख्याने राखीव जागांशी संबंधित आहे. अनुसूचित जाती, जमाती व इतर मागास वर्ग यांना सरकारी नोकऱ्यांमध्ये व शैक्षणिक संस्थांमध्ये किती टक्के राखीव जागा ठेवलेल्या आहेत, हा मुद्दा यामध्ये महत्त्वाचा आहे. दुर्बल, वंचित घटकांवर झालेल्या अन्यायाची काही प्रमाणामध्ये नुकसानभरपाई करून न्याय देण्याच्या दृष्टीने सकारात्मक कृतीचे धोरण भारतात स्वीकारले आहे. १९६० ते आजपर्यंत सकारात्मक कृतीच्या समर्थनाचे आधार बदलत आहेत. सुरुवातीला भेदभाव न करण्याच्या

धोरणारचे सर्वांना समान संधी या धोरणामध्ये रूपांतर झाले; तर आज सर्व गटांनी समान लाभ हे तत्त्व स्वीकारले आहे.

सकारात्मक कृतीच्या मर्यादा

१) सकारात्मक कृती ही भेदभाव निर्माण करणारे धोरण आहे. या धोरणामुळे समाजात विषमता कमी होण्याऐवजी ती वाढलेली दिसते.

२) ज्या दुर्बल व वंचित घटकांसाठी सकारात्मक कृतीचे धोरण आखले जाते. त्या घटकांमधील निवडक व सधन व्यक्तीपर्यंतच सवलती व योजनांचा लाभ पोहोचतो.

३) सकारात्मक कृतीमुळे समाजाचे ध्रुवीकरण होत आहे. समाजातील ज्या घटकांना सकारात्मक कृतींचा कोणताही लाभ होत नाही ते असंतुष्ट राहतात. त्यामुळे ते राजकारणात हिंसेच्या माध्यमातून आपली प्रतिक्रिया व्यक्त करतात.

४) सुरुवातीला तात्कालिक म्हणून सकारात्मक कृती स्वीकारली गेली; परंतु आज ती कायमस्वरूपी झाली आहे व प्रत्येकाला तिचा लाभ हवा आहे.

५) अनुसूचित जाती-जमाती व इतर मागास वर्ग यांच्यातील आर्थिकदृष्ट्या संपन्न (Creamy Layer) व्यक्ती आहेत त्यांना सकारात्मक कृतीचा लाभ देण्यात येऊ नये.

सारांश

भारतासारख्या सामाजिक विषमता असणाऱ्या देशामध्ये समता, न्याय प्रस्थापित करण्यासाठी सकारात्मक कृतीचे धोरण गरजेचे आहे. सकारात्मक कृतीचे धोरण नाकारणे म्हणजे सामाजिक न्याय नाकारणे होय. सकारात्मक कृती धोरणांमुळेच भारतामध्ये दलित, आदिवासी, महिला या घटकांचे सबलीकरण घडून आले. थोडक्यात आपणाला वितरणात्मक न्यायाच्या दृष्टीने सकारात्मक कृतीचा विचार करावा लागेल.

सराव प्रश्न

दीर्घोत्तरी प्रश्न.

१) 'स्वातंत्र्य' या संकल्पनेचा अर्थ सांगून व्याख्या लिहा. सकारात्मक व नकारात्मक स्वातंत्र्य ही संकल्पना स्पष्ट करा.

२) समता म्हणजे काय? समतेचे विविध प्रकार स्पष्ट करा.

३) समतेचा अर्थ व स्वरूप स्पष्ट करा.

४) सकारात्मक कृती ही संकल्पना स्पष्ट करा.

प्रकरण सहावे

लोकशाही

(Democracy)

अ) लोकशाहीची संकल्पना, प्रत्यक्ष, सहभागी व उदारमतवादी लोकशाही
(The Concept of Democracy, Direct, Participatory and Liberal Democracy)

ब) लोकशाहीबाबतचे दृष्टिकोन, गुण आणि दोष
(Perspectives on Democracy, Merits and Demerits)

अ) लोकशाहीची संकल्पना, प्रत्यक्ष, सहभागी व उदारमतवादी लोकशाही

प्रस्तावना

आधुनिक काळातील विचारप्रणालींचा विचार करताना लोकाशाहीचा विचार करणे अनिवार्य ठरते. लोकशाहीचे मूळ जरी प्राचीन ग्रीक नगरराज्यांत असले तरी लोकशाही खऱ्या अर्थाने विसाव्या शतकातील विचारप्रणाली किंवा राजकीय व्यवस्था आहे. लोकशाहीचा अर्थ सांगणे किंवा तिची नेमकी व्याख्या करणे अवघड आहे. लोकशाही हे तत्त्वज्ञान, विचारप्रणाली, राज्यपद्धती व जीवनपद्धतीही आहे. माणसाशी लोकशाहीचा संबंध सामान्य आहे. आधुनिक काळातील सामान्य माणसावरील श्रद्धा 'लोकशाही' या शब्दातून व्यक्त होते. त्यामुळे लोकशाही नसणाऱ्या राज्यव्यवस्था किंवा विचारप्रणालीही लोकशाही हा शब्द वापरण्याचा प्रयत्न करताना दिसतात. लोकशाहीला संपूर्ण विरोध करणाऱ्या फॅसिस्ट किंवा नाझी विचारप्रणालीमध्येही ही प्रवृत्ती दिसते. उदाहरणार्थ, लोकशाहीला विरोध करणाऱ्या मुसोलिनीने म्हटले की,

"जर लोकांना राज्याच्या कक्षेबाहेर न लोटणे हा लोकशाहीचा अर्थ असेल, तर फॅसिझमची 'संघटित व केंद्रित एकाधिकारी लोकशाही' अशी व्याख्या करता येईल." साम्यवादी देश स्वत:च्या सर्वत्र एकपक्षीय राज्यव्यवस्थांना 'सामाजिक' किंवा 'लोकांची लोकशाही' म्हणतात. माओ झे डँगने साम्यवादी चीनला 'नवी लोकाशाही' म्हणून संबोधले. इंडोनेशियाने आपल्या राज्याव्यवस्थेला 'मार्गदर्शित लोकाशाही असे नाव दिले. इजिप्तच्या नासेरनी पक्षविरहित लोकशाही ही कल्पना मांडली तर क्यूबातील क्रांतीनंतर क्यूबाच्या अध्यक्षांनी नव्या राजकीय व्यवस्थेचे 'खरी लोकशाही' असे वर्णन केले.

वरील सर्व उदाहरणांमधून असे दिसते की, अस्तित्वात असणाऱ्या लोकशाही व्यवस्थांमधील दोषांमुळे लोकशाही टीकेचे लक्ष्य बनलेली असतानाच तिला प्रतीकात्मक महत्त्व आणि पावित्र्य प्राप्त झालेले आहे. त्यामुळे तिच्या अर्थाबद्दल संभ्रम निर्माण झालेला दिसतो. या संभ्रमातून वाट काढून आपल्याला लोकशाही विचारांची चौकट समजावून घ्यायाची आहे.

अ) लोकशाहीची संकल्पना

लोकशाही अर्थ : लोकशाहीमध्ये लोकांचे राज्य, व्यक्तिस्वातंत्र्य, व्यक्तीची प्रतिष्ठा, समता, मर्यादित शासनव्यवस्था, शांततामय सत्ताबदल, राज्यकारभारातील लोकांचा सहभाग इत्यादी गोष्टींचा समावेश होतो. डेमॉक्रसी या इंग्रजी शब्दाचे मराठी भाषातंर म्हणजे 'लोकशाही' होय. ग्रीक भाषेतील डेमॉस आणि क्रेटॉस या शब्दांपासून डेमॉक्रसी शब्द तयार झाला आहे. याचा अर्थ 'लोक आणि राज्य' असा होतो; म्हणून डेमॉक्रसीचा अर्थ लोकांचे राज्य असा होता. लोकांसाठी म्हणजे लोकांच्या हितासाठी असणारे सरकार असा लोकशाहीचा अर्थ अब्राहम लिंकन यांनी सांगितला आहे. लोकांनी निवडून दिलेल्या प्रतिनिधिंच्यामार्फत लोकशाहीत राज्यकारभार केला जातो. याचाच अर्थ लोकशाही प्रातिनिधिक स्वरूपाची असते. लोकशाही हा एक शासनप्रकार असण्याबरोबरच ती एक जीवनपद्धती आहे; कारण लोकशाहीमध्ये व्यक्तीस्वातंत्र्य, सहिष्णूता, सुसंवादी जीवन तसेच शांततामय बदल या गोष्टींचा समावेश होतो. लोकशाहीमध्ये नागरिक स्वत: राजकीय सत्तेवर नियंत्रण ठेवतात.

व्याख्या

१) अब्राहिम लिंकनच्या मते, "लोकांचे लोकांनी लोकांसाठी चालविलेले सरकार म्हणजे लोकशाही होय."

२) जॉन स्टुअर्ट मिलच्या मते, "लोकशाही हा शासन व्यवस्थेचा असा प्रकार आहे, ज्यात सर्व लोक किंवा त्यांच्यापैकी बहुसंख्याक, त्यांनीच निवडून दिलेल्या प्रतिनिधिंच्या मार्फत शासकीय सत्तेचा वापर करतात."

३) **रिओ ख्रिस्टनसन यांच्या मते,** लोकशाहीत नागरिक स्वत:हून त्यांच्यावरील शासनाला मान्यता देतात व राज्यकारभारात बहुसंख्येने सहभागी होतात.

४) **ब्राइस यांच्या मते,** मतदानास पात्र असणाऱ्यांपैकी बहुसंख्याकांच्या हातात जेथे सत्ता असते त्यास लोकशाही म्हणतात.

५) **हर्नशॉ यांच्या मते,** ज्या शासनप्रकारामध्ये सार्वभौम सत्ता जनतेच्या हाती असते व राज्यकारभारावरती जनतेचे पूर्ण नियंत्रण असते त्यास लोकशाही म्हणतात.

लोकशाहीची मूलभूत तत्त्वे किंवा वैशिष्ट्ये

१) जनतेचे सार्वभौमत्व : राजकीय सत्ता प्रत्येक माणसाकडे आणि सर्व माणसांच्या हाती असते. जॉन लॉकने हे तत्त्व मांडले. या तत्त्वानुसार कोणीही माणूस दुसऱ्या माणसाचा गुलाम होण्यासाठी जन्मास येत नसून स्वत:चे वैयक्तिक जीवन व वर्तन स्वत:च नियंत्रित करण्याची शक्ती व क्षमता घेऊनच जन्माला येतो. मनुष्य निसर्गत:च स्वतंत्र आहे व राजकीय स्वातंत्र्य हाही त्याचा नैसर्गिक हक्क आहे. अर्थातच राजकीय सत्ताही निसर्गत:च माणसाकडे असते.

२) स्वातंत्र्य : प्रत्येक व्यक्तीला स्वत:चे हितसंबंध व ध्येय गाठण्यासाठी स्वातंत्र्य व संधी मिळाली पाहिजे. लोकशाही समाजात व्यक्तीला बोलण्याचे, लिहिण्याचे, वागण्याचे व निर्णय घेण्याचे स्वातंत्र्य व संधी मिळू शकतात. स्वातंत्र हे कधीही पूर्ण स्वातंत्र्य नसते आणि कोणीही माणूस पूर्णत: स्वतंत्र असू शकत नाही. संपूर्ण स्वातंत्र्यातून अराजक उत्पन्न होईल.

प्रत्यक्ष लोकशाही व्यवहारात विविधता आणि स्वातंत्र्य यांचा संबंध राज्यकर्त्यांच्या निवडीशी असतो; जर एकच एक राज्यकर्त्यांचा संच सातत्याने सत्तेवर असेल तर राजकीय स्वातंत्र्याला अर्थ उरत नाही. राज्यकर्ते बेजबाबदारपणे वागून पर्यायी धोरणांची शक्यता संपते. त्याचमुळे अनेक विचारवंतांनी लोकशाहीच्या दृष्टीने विरोधी पक्षांचे, पर्यायी राज्यकर्त्यांचे महत्त्व मांडलेले आहे.

आणखीही दोन मार्गांनी नागरिकांचे स्वातंत्र्य जपता येते. ते म्हणजे, कायद्याचे राज्य व सत्ताविभाजन, कायद्याचे राज्य म्हणजे सर्व नागरिकांना भेदभाव न करता कायद्याने समान वागणूक देणे व कायदा सर्वांना सारखाच लागू करणे. सत्ता विभाजनाच्या तंत्राने शासनाच्या सत्तेवर प्रभावी नियंत्रण घालून नागरिकांच्या स्वातंत्र्याची हमी मिळविता येते. लोकशाहीच्या दृष्टीने नागरी व राजकीय स्वातंत्र्ये अतिशय महत्त्वाची असतात. नागरी हक्कांखेरीज राजकीय हक्कांना अर्थ राहात नाही. तसेच राजकीय स्वातंत्र्याव्यतिरिक्त लोकशाही राजकीय व्यवस्था पोकळ ठरेल.

नागरी स्वातंत्र्य : नागरी स्वातंत्र्य म्हणजे अयोग्य बंधनांचा अभाव. नागरी स्वातंत्र्यावर असणारी बंधने घटनात्मक व कायद्याला धरून असतात. नागरी स्वातंत्र्यात शारीरिक, बौद्धिक व व्यावहारिक स्वातंत्र्यांचा समावेश होतो. शारीरिक स्वातंत्र्यात शारीरिक इजा किंवा हानीपासून संरक्षण व हालचाल किंवा ये-जा करण्याचे स्वातंत्र्य येते. म्हणजेच शारीरिक छळ किंवा अटक होणे, कैद यापासून मुक्तता, लोकशाही राज्यात व्यक्तीला अकारण छळ वा बेकायदेशीर अटक वा कारावास होऊ शकत नाही.

बौद्धिक स्वातंत्र्यात व्यक्तीचे विचार स्वातंत्र्य, उच्चार स्वातंत्र्य व मतस्वातंत्र्य येते. व्यवहारविषयक स्वातंत्र्यात व्यक्तीचे सर्वसाधारण निवडीचे स्वातंत्र्य, करार करण्याचे व इतर व्यक्तींशी संबंध प्रस्थापित करण्याचे स्वातंत्र्यच येते.

नागरी स्वातंत्र्य हे व्यक्तीच्या विकासासाठी अत्यावश्यक असते. नागरी स्वातंत्र्य असले तरच व्यक्ती मुक्तपणे विचार करून शकेल, हिंडू फिरू शकेल व इतरांशी संवाद साधू शकेल. हे नागरिकांचे व्यक्तिगत स्वातंत्र्य महत्त्वाचे मानले जाते. नागरी स्वातंत्र्याला मान्यता देऊन त्याचे संरक्षण करणे हे लोकशाही राज्यव्यवस्थेत शासनसंस्थेचे कर्तव्य ठरते. नागरी स्वातंत्र्यावर होणाऱ्या शासनाच्याही संभाव्य आक्रमणापासून व्यक्तीचे संरक्षण होण्यासाठी अशा स्वातंत्र्याचा घटनेत अंतर्भाव करून त्याला घटनात्मक हमी लोकशाही राज्यात दिली जाते. भारतासारख्या देशात घटनेने नागरिकांना मूलभूत हक्कांद्वारे नागरी स्वातंत्र्याच्या संरक्षणाची हमी दिली आहे. स्वतंत्र व नि:पक्षपाती न्यायसंस्थेकडून नागरिकाला हे संरक्षण मिळू शकते. नागरी स्वातंत्र्याचे अस्तित्व लोकशाही राज्याचे वेगळेपण दर्शविते.

राजकीय स्वातंत्र्य : राजकीय स्वातंत्र्य व लोकशाही राजकीय व्यवस्था यांचा संबंध अतूट आहे. नागरी स्वातंत्र्य साकार होण्यासाठी राजकीय स्वातंत्र्याची आवश्यकता असते. उच्चार व विचार स्वातंत्र असणाऱ्या व्यक्तीला शासनसंस्थेसंबंधी मते बाळगण्याचे, ती व्यक्त करण्याचे तसेच कारभारात स्वत: भाग घेण्याचे, राजकीय पक्ष स्थापन करण्याचेही स्वातंत्र्य असणे जरूर आहे.

आधुनिक लोकशाहीत लोकांचे शासनसंस्थेवरील प्रभावी नियंत्रण केवळ राजकीय स्वातंत्र्यामुळे शक्य होते असे हेन्री मेयोने म्हटले आहे. राजकीय स्वातंत्र्यात मतदानाचा हक्क, निवडणुकीला उभे राहण्याचा हक्क, सार्वजनिक पद धारण करण्याचा हक्क या गोष्टी अंतर्भूत होतात. यातच गुप्त मतदान पद्धती, उच्चार स्वातंत्र्य, राजकीय कारणासाठी एकत्र येण्याचे व संघटित होण्याचे स्वातंत्र्य इत्यादी बाबी महत्त्वाच्या ठरतात. लोकशाहीत राज्यकर्त्यांच्या निवडीचे स्वातंत्र्य महत्त्वाचे असते. ही निवड

करण्याचा मार्ग म्हणजे निवडणुका. या निवडणुका योग्य पद्धतीने होण्यासाठी म्हणजेच योग्यप्रकारे राज्यकर्त्यांची निवड होण्यासाठी राजकीय स्वातंत्र्य अपरिहार्य ठरते. केवळ त्यातूनच शासनसंस्थेवर प्रभावी नियंत्रण राहू शकते.

३) समता : लोकशाहीत स्वातंत्र्याबरोबरच समतेचा विचार करणे अपरिहार्य ठरते. केवळ स्वातंत्र्य किंवा केवळ समता या मूल्यातून लोकशाही व्यवस्थेची जडणघडण होत नाही. या दोन्हींच्या संयोगातून लोकशाहीची घडण होत असते.

सामाजिक स्थान मिळविण्याचा हक्क प्रत्येक व्यक्तीला असला पाहिजे, तेथे भेदभाव असता कामा नयेत. सामाजिक क्षेत्राप्रमाणे राजकीय क्षेत्रातही सर्व नागरिकांना समान राजकीय हक्क व राज्यकारभारात भाग घेण्यासाठी समान संधी उपलब्ध व्हायला हव्यात. समान राजकीय हक्क, प्रौढ मताधिकार व कायद्यासमोर समानता यातून राजकीय समतेचा आविष्कार होतो.

राजकीय समतेमध्ये प्रौढ मताधिकाराचे तत्त्व महत्त्वाचे असते. या तत्त्वानुसार प्रत्येक प्रौढ नागरिकाला लिंग, जात, धर्म, वंश, शिक्षण किंवा मालमत्ता यापैकी कशाच्याही आधारे भेदभाव न करता मताचा अधिकार मिळाला पाहिजे. त्याचप्रमाणे 'एक व्यक्ती, एक मत' हेही तत्त्व महत्त्वाचे ठरते. प्रत्येक मताची सारखीच गणना व्हायला हवी. कोणत्याही मताला विशेष महत्त्व असता कामा नये.

राजकीय व सामाजिक समतेप्रमाणे लोकशाही खऱ्या अर्थाने प्रस्थापित होण्याच्या दृष्टीने आर्थिक समताही आवश्यक असते. जोपर्यंत समाजातील सर्व व्यक्तींना विकासासाठी समान आर्थिक संधी उपलब्ध होत नाहीत तोपर्यंत त्यांना मिळणाऱ्या नागरी किंवा राजकीय हक्कांना फारसा अर्थ नसतो. भाकरीची चिंता असणाऱ्या माणसाला केवळ उच्चार-विचार स्वातंत्र्य किंवा राजकारणात भाग घेण्याचे स्वातंत्र्य पुरेसे ठरत नाही; किंवा त्यामुळे त्यांचा विकास होत नाही. त्यादृष्टीने आर्थिक समता ही इतर सर्व स्वातंत्र्यांना अर्थपूर्णता प्राप्त करून देते. लोकशाहीच्या दृष्टीने समतेचा खरा अर्थ संधीची समान उपलब्धता हाच होतो मग या संधी राजकीय असोत वा आर्थिक वा सामाजिक.

४) संमती व करार हा शासनाचा पाया : लोकशाही व्यवस्थेचा पाया शासनाला असलेल्या लोकांच्या मान्यतेत असतो. जॉन लॉक व रूसो यांच्या सामाजिक कराराच्या सिद्धान्तांमध्ये लोकमान्यतेचा पाया असणाऱ्या राज्यसत्तेची संकल्पना स्पष्टपणे येते. लोकांची संमती असेल तरच शासन त्यांच्यावर सत्ता चालवू शकते अन्यथा नाही.

५. नागरिकांचा सहभाग : लोकशाहीत नागरिकांना शासनात सहभागी

होण्यासाठी पूर्ण संधी उपलब्ध करून दिलेल्या असतात व तशी हमी दिलेली असते. राजकीय निर्णयांची अंतिम सत्ता लोकांच्या हातात असते.

या ठिकाणी लोक म्हणजे प्रतिनिधिक लोकशाही व्यवस्थेतील नागरिक होत. यांना राजकीय व्यवस्थेत सहभागी होण्याचा हक्क असतो व निवडणुकीत मतदानाचा हक्क बजावून किंवा राजकीय मते बाळगून, व्यक्त करून, राजकीय पक्षांमार्फत राजकीय घडामोडींत भाग घेऊन, प्रचार करून नागरिक शासनव्यवस्थेत सहभागी होता येते.

लोकांचा सहभाग वाढण्यासाठी व तो अर्थपूर्ण होण्यासाठी नागरिक जबाबदार, स्वतंत्र व विवेकी असणे आवश्यक आहे. लोकांचा परस्पर संवाद होण्यासाठी संसूचनाची साधने विशेषत: वर्तमानपत्रे मुक्त असणे आवश्यक असते. त्याचबरोबर शिक्षणाचा प्रसार होणेही गरजेचे ठरते. वृत्तपत्र स्वातंत्र्य लोकशाहीच्या निकोप वाढीसाठी व निकोप राजकीय प्रक्रियेसाठी गरजेचे असते कारण आधुनिक काळात वृत्तपत्र हे सार्वजनिक संवादाचे अत्यंत प्रभावी साधन बनले आहे. त्याद्वारे केवळ माहितीचे संसूचन व लोकमतही घडविले जाते. राजकीय शिक्षण करण्याचे, शासनव्यवस्थेवर टीका करण्याचे नागरिकांच्या हक्कांविषयी जागरूक राहून त्यांची जपणूक करण्याचे, लोकमत बनविण्याचे व लोकांमध्ये संवाद प्रस्थापित करण्याचे महत्त्वाचे कार्य वृत्तपत्र बजावीत असतात. अर्थात वृत्तपत्रांचे स्वातंत्र्य लोकशाहीसाठी महत्त्वाचे ठरते.

६) विविधता व संघर्ष : लोकशाहीमध्ये समाजातील विविधता व संघर्ष हे गृहीत धरले जातात. प्रत्येक माणसाचे वेगळेपण, त्याचे स्वातंत्र्य व व्यक्तिवाद हितसंबंधाची अनेकता यातून संघर्ष निर्माण होतात. लोकशाही समाज हा मूलत: अनेकतावादी असतो. यामुळेच विचारांची विविधता व त्यांचा संघर्ष होतो. लोकशाहीत ज्याप्रमाणे हे संघर्ष गृहीत धरले जातात त्याचप्रमाणे ते सोडविण्याची विशिष्ट पद्धती किंवा प्रक्रियाही असते. चर्चेतून, शांततेच्या मार्गाने संघर्ष मिटविण्याचा प्रयत्न केला जातो. सार्वजनिक निर्णयातून ही प्रक्रिया घडते. निर्णयप्रक्रियेत नागरिकांना निर्णायक महत्त्व असते. निर्णय घेण्यापूर्वी समाजाच्या सर्व स्तरांमध्ये योग्य विचारविनिमय व्हावा व उघड सार्वजनिक चर्चा होऊनच निर्णय होतो. अनेक परस्परविरोधी मते व विचार असल्याने कोणताही एक विचार पूर्ण सत्याचा दावा करू शकत नाही. कोणतेही एक राजकीय तत्त्वज्ञान राजकीय जीवनाच्या सर्व समस्यांची उत्तरे देईल हे लोकशाहीत मान्य केले जात नाही. राजकारणातील संघर्षाकडे लोकशाहीत हितसंबंधाविषयीचे मतभेद या स्वरूपात पाहिले जावे, तर राजकीय 'सत्य' हे नेहमीच तात्कालिक असते.

त्याचा पुनर्विचार होऊ शकतो व त्यात बदलही होऊ शकतो. निर्णय हे बहुश:
निवडणुकीने घेतले जातात.

सार्वजनिक हितासाठी लोकशाहीत प्रत्येकजण स्वत:च्या व्यक्तिगत हितसंबंधाना,
मतांना मुरड घालतो. व्यक्तिवादी असूनही प्रत्येकाने दुसऱ्याचे मत किंवा विचार
ऐकण्याची तयारी ठेवावी लागते. माणसे चूक करू शकतात ही गोष्ट लोकशाहीत
मान्य केलेली असते. विचारविनिमय करूनच निर्णय घेणे किंवा दुसऱ्याचे मतपरिवर्तन
करणे शक्य असते.

७) बहुसंख्याकांचे राज्य व अल्पसंख्याकांचे नियंत्रण : लोकशाहीत निर्णय
बहुसंख्याकांच्या निर्णयानुसार घेतला जातो. मात्र असे करताना अल्पसंख्याकांच्या
हक्कांचे संरक्षण केले जाते. लोकशाहीराज प्रत्यक्षात बहुसंख्याकांचे राज्य असते.
बहुसंख्याकांची सत्ता ही लोकांचे सार्वभौमत्व प्रस्थापित करण्याचे आणि राजकीय
समता निर्माण करण्याचे साधन आहे. राजकीय संघर्ष मिटविताना एकवाक्यता अशक्य
असते. अल्पसंख्यांच्या मताप्रमाणे घेतलेल्या निर्णयातून थोड्या लोकांना महत्त्व प्राप्त
होते, तर निर्णायक बहुमतात थोड्याशा लोकांना बहुसंख्येने असणाऱ्यांवर नकाराधिकार
प्राप्त होतो; त्यांना प्रसंगाचे महत्त्व कळते; यामुळेच लोकशाहीत बहुसंख्याकांच्या
हातात सत्ता असते तरी त्या सत्तेला मर्यादा असतात. बहुसंख्य लोक अल्पसंख्याकांना
दडपू शकत नाहीत. अल्पसंख्याकांची मालमत्ता, त्यांचे नागरिकत्वाचे हक्क, विरोध
करण्याचे त्यांचे स्वातंत्र्य या गोष्टी बहुसंख्याकांना नाकारता येत नाहीत. मात्र
अल्पसंख्यांना राज्य करण्याचा हक्क नसतो. बहुसंख्याकांचा राज्य करण्याचा हक्क
मानणे अल्पसंख्याकांवर बंधनकारक असते.

सारांश

जनतेचे सार्वभौमत्व, स्वातंत्र्य, नागरिकांचा सहभाग, विविधता व संघर्ष,
संमती व करार हा शासनाचा पाया, बहुसंख्याकांचे राज्य व अल्पसंख्याकांचे नियंत्रण
ही लोकशाहीची वैशिष्ट्ये सांगता येतात.

लोकशाहीचे प्रकार

प्रस्तावना

सर्वसाधारणत: लोकशाहीच्या स्वरूपावरून तिचे प्रकार पडतात. प्रत्यक्ष,
अप्रत्यक्ष, प्रातिनिधिक, सामाजिक, सहभागी, विचारशील, उदारमतवादी असे
लोकशाहीचे प्रकार पडतात. त्यातील प्रत्यक्ष, सहभागी व उदारमतवादी लोकशाही
पुढीलप्रमाणे-

१) प्रत्यक्ष लोकशाही : प्रत्यक्ष लोकशाही प्राचीन ग्रीक नगरराज्यांत विशेषत: अथेन्समध्ये अस्तित्वात होती. प्रत्यक्ष लोकशाहीत सर्व नागरिक एकत्र जमून विचार-विनिमयातून निर्णय घेतात व कायदे करतात, व अंमलबजावणीही करतात. ही नगरराज्ये आकारमानाने लहान व लोकसंख्येने मर्यादित असल्यामुळेच तिथे प्रत्यक्ष लोकशाही राबविता आली.

याखेरीज आधुनिक स्वित्झर्लंडमधील काही कॅटन्स (घटकराज्ये) मध्येही प्रत्यक्ष लोकशाही राबवली जाते. या कॅटन्समध्ये प्रत्यक्ष लोककृतीच्या परंपरागत पद्धती निर्माण झाल्या त्या आता स्वित्झर्लंडमध्ये सार्वत्रिकरीत्या वापरल्या जातात व इतरही काही देशांमध्ये त्या स्वीकारल्या गेलेल्या दिसतात.

प्रत्यक्ष लोकशाहीत नागरिकांचा राज्याच्या प्रत्येक बाबतीत प्रत्यक्ष सहभाग असतो. त्याचप्रमाणे प्रत्येक नागरिकाला कधी ना कधी कोणत्या ना कोणत्या स्वरूपात राज्याची सेवा करण्याची संधी मिळतेच. याच पद्धतीत 'लोकांचे सार्वभौमत्व' खऱ्या अर्थाने प्रत्यक्ष असू शकते. मात्र प्रत्यक्ष लोकशाही केवळ अगदी लहान राज्यांमध्येच यशस्वी होऊ शकते. आधुनिक आकारमानाने मोठ्या व गुंतागुंतीची रचना असणाऱ्या राज्यांमध्ये प्रत्यक्ष लोकशाही अशक्य आणि अव्यवहार्यच असते.

प्रत्यक्ष लोकशाही साधने (Direct democratic devices)

प्रातिनिधिक लोकशाहीतील दोष दूर करण्याच्या दृष्टीने व लोकशाहीला अधिक अर्थ प्राप्त करून देण्यासाठी महत्त्वाच्या धोरणात्मक निर्णयांमध्ये मतदारांचा अधिक सहभाग असणे गरजेचे असते. राजकीय सत्तेला मान्यता मिळविण्यासाठीही जास्तीत जास्त नागरिकांचा निर्णयामध्ये वाढता सहभाग असणे गरजेचे आहे. मूलभूत घटनात्मक प्रश्न किंवा युद्धात पडावे का? यासारखे परराष्ट्रीय धोरणाचे महत्त्वाचे प्रश्न लोकांच्या प्रत्यक्ष निर्णयासाठी सोपवावेत असा विचार प्रभावी होता.

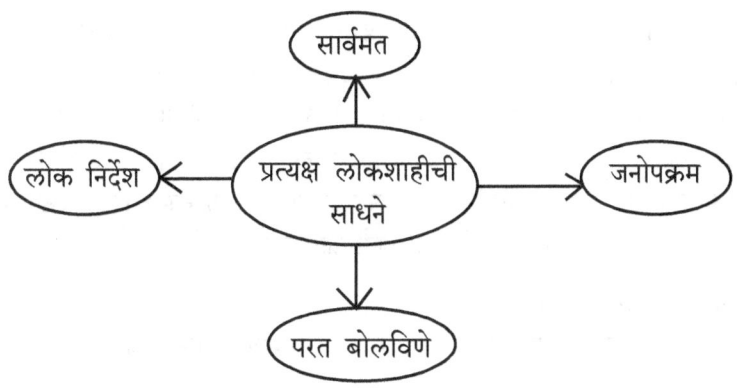

१) लोकनिर्देश (Referendum)

या पद्धतीने एखादा कायदा किंवा विधेयक लोकांपुढे, त्यांचे मत अजमावण्यासाठी ठेवले जाते. त्यावर मतदान होते ज्यात लोक विधेयकाच्या बाजूने किंवा विरुद्ध निर्णय देतात; जर बहुमत मिळाले तर विधेयकास किंवा घटनादुरुस्तीस लोकांची मान्यता मिळून त्याचे कायद्यात रूपांतर होते. या पद्धतीत मतदारांना विधिप्रक्रियेत नकाराधिकार प्राप्त होतो. लोकनिर्देश वैकल्पिक आणि आवश्यक अशा दोन प्रकारचा असू शकतो.

अ) **वैकल्पिक लोकनिर्देश :** लोक एका विशिष्ट संख्येने कायदेमंडळाने मंजूर केलेला एखादा कायदा लोकनिर्देशासाठी लोकांपुढे यावा म्हणून अर्ज करतात. त्यानंतर जर लोकनिर्देशात लोकमत कायद्याच्या बाजूने पडले तर कायदा राहतो अन्यथा रद्द होतो. स्वित्झर्लंडमध्ये सामान्य कायद्यासाठी किमान ३०,००० नागरिकांनी किंवा आठ विधिमंडळांनी वैकल्पिक लोकनिर्देशासाठी अर्ज करणे आवश्यक असते.

ब) **आवश्यक लोकनिर्देश :** काही विशिष्ट कायदे लोकनिर्देशासाठी लोकांपुढे ठेवणे बंधनकारक असते. ऑस्ट्रेलिया व स्वित्झर्लंडमध्ये घटनादुरुस्तीच्या कायद्यांसाठी आवश्यक लोकनिर्देश असतो.

२) सार्वमत (Plebiscite)

सार्वमत हे प्रत्यक्ष लोकशाहीतील लोक 'नियंत्रणाचे' साधन आहे. सार्वमतात महत्त्वाच्या राजकीय विषयांवर लोकमत घेतले जाते तसेच कायमस्वरूपी राजकीय परिस्थिती निर्माण करण्यासाठी सुद्धा सार्वमताचा वापर केला जातो. सार्वमत एकप्रकारे लोकांचा आदेश असतो. सार्वमतात वादग्रस्त विषय, पर्यायांसह लोकांपुढे ठेवण्यात येतो व लोक त्यांची निवड करतात.

३) जनोपक्रम (Initiative)

या साधनाने लोकांना विधेयक मांडण्याची संधी मिळते. जनोपक्रम दोनप्रकारे अमलात येऊ शकतो- १) व्यवस्थित शब्दबद्ध केलेले विधेयक. २) विधेयकाचे सर्वसाधारण स्वरूपच मांडणे. जनोपक्रम म्हणजे अर्ज करणे नव्हे. जनोपक्रमानंतर विधिमंडळाला कायदा करण्याच्या दृष्टीने हालचाल करावी लागते. स्विस संघराज्यात केवळ घटनात्मक कायद्यांविषयीच जनोपक्रम करता येतो. कॅंटन्समध्ये मात्र घटनात्मक व सामान्य अशा दोन्ही कायद्यांबाबत जनोपक्रम करता येतो.

४) परत बोलविणे (Recall)

यात निर्वाचित पदाधिकाऱ्याला परत बोलविण्याचा किंवा बडतर्फ करण्याचा

अधिकार लोकांना असतो. त्यासाठी विशिष्ट संख्येने लोकांना अर्ज करावा लागतो. अमेरिकेच्या काही घटकराज्यांमध्ये परत बोलावण्याची पद्धती चालू आहे.

प्रत्यक्ष लोकशाहीत लोक स्वत:हून सहभागी होतात. लोकनिर्देश, सार्वमत, जनोपक्रम, परत बोलाविणे ही प्रत्यक्ष लोकशाहीची साधने आहेत.

२) सहभागी लोकशाही

सहभागी लोकशाही समर्थकांच्या मते, लोकांना राजकारणात सहभागी होण्याची संधी जास्त मिळणे गरजेचे आहे. व्यक्तिस्वातंत्र्याला संरक्षण मिळण्यापेक्षा लोकांचा राजकीय सहभाग या लोकशाहीमध्ये जास्त महत्त्वाचा मानला जातो; कारण खरी लोकशाही नागरिकांच्या कृतिशील सहभागातूनच व्यक्त होते. प्रत्यक्ष लोकशाहीमध्ये लोकांचा राजकीय सहभाग जास्त असतो परंतु आजच्या प्रातिनिधिक लोकशाहीमध्ये लोकांचा राजकीय सहभाग अत्यंत कमी आहे. आजची प्रातिनिधिक लोकशाही लोकांना आपले मत मांडण्याचा व त्या आधारे सामूहिक निर्णय घेण्याचा अधिकार देत नाही. हा अधिकार लोकप्रतिनिधिला दिला जातो. आजच्या प्रातिनिधिक लोकशाहीमध्ये केवळ निवडणुकीच्या काळात लोकांचा राजकीय सहभाग दिसतो. इतर वेळी मात्र तो दिसत नाही.

सहभागी लोकशाही प्रातिनिधिक लोकशाहीतील समस्या मांडते. आजच्या प्रातिनिधिक लोकशाहीमध्ये मतदारांची उदासीनता, मतदानाचे प्रमाण कमी होणे, राजकीय भ्रष्टाचार, राजकीय नेते व प्रशासकीय अधिकारी यांचा बेजबाबदारपणा या समस्या निर्माण झाल्या आहेत. सहभागी लोकशाहीवाद्यांच्या मते, या सर्व समस्या निर्माण झाल्या आहेत कारण लोक स्वत:हून राजकारणात सहभागी होत नाहीत. यांच्या मते, लोकांचा राजकारणातील जेवढा सहभाग वाढेल, तेवढी त्यांना राजकारणाबद्दल आवड निर्माण होईल व त्याचे राजकारणाबद्दलचे आकलनही वाढेल. शासन घटनेच्या चौकटीत काम करीत आहे की नाही याची जाण नागरिकांना होईल; लोकांचा राजकारणातील सहभाग वाढविण्याच्या दृष्टीने प्रसारमाध्यमांची भूमिका महत्त्वाची आहे. प्रसारमाध्यमे लोकांमध्ये राजकीय सहभागाबद्दल जाणीव– जागृती निर्माण करू शकतील. प्रसारमाध्यमांच्या सकारात्मक भूमिकेमुळेच भारतात २०१४ च्या लोकसभा निवडणुकीमध्ये लोकांचा राजकीय सहभाग वाढला, मतदानाची टक्केवारीदेखील वाढलेली दिसते. मथितार्थ असा, सहभागी लोकशाहीवादी प्रातिनिधिक लोकशाहीला नकार देत लोकांचा सहभाग असलेले सहभागी लोकशाहीचा स्वीकार करताना दिसतात.

३) उदारमतवादी लोकशाही

उदारमतवादी लोकशाही हा एक लोकशाहीचा प्रकार आहे. व्यक्तीस्वातंत्र्यवादी मूल्यव्यवस्था आणि प्रातिनिधिक लोकशाही यांचा मेळ घालण्याचा प्रयत्न करणारी लोकशाही म्हणजे उदारमतवादी लोकशाही होय. पाश्चिमात्य देशांमध्ये उदारमतवादी लोकशाही दिसून येते. या लोकशाही प्रकारामध्ये कायदेमंडळामार्फत कायदे तयार केले जातात. मतदारांनी ठराविक कालखंडासाठी निवडून दिलेल्या प्रतिनिधिंचे कायदेमंडळ तयार होते. कायदे मंडळामध्ये कायदे निर्मितीचे कार्य होत असले तरी बहुमताच्या आधारेच कायदानिर्मिती होते. संसदीय शासनपद्धतीमध्ये कार्यकारीमंडळ कायदेमंडळातून तयार होते तर अध्यक्षीय शासन पद्धतीमध्ये कार्यकारी मंडळाचा प्रमुख म्हणजेच राष्ट्राध्यक्ष मतदारांकडून निवडला जातो. उदारमतवादी लोकशाही बहुमताबरोबरच नागरी स्वातंत्र्यालादेखील महत्त्वाचे स्थान देते.

उदारमतवादी लोकशाहीची मूलतत्त्वे किंवा वैशिष्ट्ये

१) कायद्याचे राज्य

कायद्याचे राज्य याचा अर्थ शासनकारभार हा व्यक्तीच्या इच्छेवरती किंवा लहरीवरती आधारित नसणे तर कायद्यांवर आधारलेला राज्यकारभार चालणे होय. सरकार किंवा शासन घटनात्मक असावे तसेच त्याने कायद्यानुसार कार्य केले पाहिजे. शासनाला अमर्यादित असे अधिकार नसतात. कायद्याचे राज्य यामध्ये घटनात्मक शासन असण्याबरोबर ते मर्यादित शासन असते. शासनाचे कोणतेही अधिकार अमर्याद असत नाहीत. अधिकारांच्या वापरावर नियम, तत्त्वे, कायदे यांचे नियंत्रण असते. थोडक्यात, कायद्याच्या राज्याचा पुरस्कार हे उदारमतवादी लोकशाहीचे महत्त्वाचे वैशिष्ट्य सांगता येते.

२) कायद्यासमोर समानता

कायदा कोणामध्येही भेदभाव करीत नाही. सर्व व्यक्ती कायद्यासमोर समान असतात. तसेच कायदा सर्वांना समान पद्धतीने लागू करणे, कोणालाही विशेष किंवा वेगळी वागणूक न देणे म्हणजे कायद्यासमोर समानता होय. उच्च-नीच, गरिब-श्रीमंत, महिला-पुरुष अशा कोणत्याही प्रकारचा भेदाभेद न करता कायदा सर्वांना समान वागणूक देतो. कायद्याचे राज्य या कल्पनेशी कायद्यासमोर समानता हे तत्त्व सुसंगत आहे. थोडक्यात, कायद्यासमोर समानता हे उदारमतवादी लोकशाहीचे वैशिष्ट्य सांगता येते.

३) प्रातिनिधिक लोकशाही

नागरिक स्वत:च्या मताधिकाराचा वापर करून निवडणुकीद्वारे आपले प्रतिनिधी

निवडतात व त्या प्रतिनिधी मार्फत राज्यकारभार केला जातो यास प्रातिनिधिक लोकशाही म्हणतात. आधुनिक काळात राष्ट्राची लोकसंख्या व क्षेत्र वाढलेले असल्याने प्रत्यक्ष लोकशाही शक्य नसल्याने नागरिक आपल्या प्रतिनिधिमार्फत राज्यकारभार करतात. उदारमतवादी लोकशाही प्रातिनिधिक लोकशाहीचा स्वीकार करताना दिसते.

४) स्वातंत्र्य

स्वातंत्र्य हा उदारमतवादी लोकशाहीचा गाभा आहे. व्यक्तीस्वातंत्र्याला उदारमतवादी लोकशाहीत सर्वोच्च स्थान देण्यात आलेले आहे. व्यक्तीविकासासाठी व्यक्तीला सर्व प्रकारची स्वातंत्र्ये उपभोगता आली पाहिजे. व्यक्तीला विचार करण्याचे, मत मांडण्याचे, संघटना स्थापन करण्याचे अशी अनेक स्वातंत्र्ये उदारमतवादी लोकशाहीत मिळतात.

५) समान संधी

उदारमतवादी लोकशाही स्वातंत्र्याबरोबर समता व समान संधी तत्त्वांचा स्वीकार करते. प्रत्येकाला विकासाची समान संधी यावरती उदारमतवादी लोकशाही भर देताना दिसते.

६) विविध राजकीय पक्षांमधील राजकीय सत्तेसाठी खुली स्पर्धा

उदारमतवादी लोकशाहीमध्ये विविध वर्ग, दृष्टिकोन, विचारप्रणाली व हितसंबंध यांना व्यक्त होण्याची संधी असते. यातूनच एकापेक्षा जास्त राजकीय पक्ष निर्माण होतात. हे राजकीय पक्ष सार्वजनिक धोरणांसंबंधी पर्यायी कार्यक्रम देऊन लोकांची संमती मिळवितात. तसेच त्यांना राजकीय सत्तेद्वारे संतुष्ट करून आपली कार्यक्षमता सिद्ध करतात. थोडक्यात, अनेक किंवा विविध राजकीय पक्षांचे अस्तित्व मान्य करून खुल्या व निकोप वातावरणामध्ये निश्चित केलेल्या प्रक्रियेनुसार त्याच्यातील स्पर्धेला उदारमतवादी लोकशाही मान्यता देते.

७) राजकीय पदे सर्वांसाठी खुली

जन्म, परंपरा, उत्तराधिकारी किंवा कोणाची तरी कृपा यामुळे राजकीय पदे उदारमतवादी लोकशाहीत मिळत नाहीत; तर जनतेच्या मान्यतेतूनच राजकीय पदप्राप्ती करता येते. कोणताही नागरिक निश्चित प्रक्रियेनुसार विशिष्ट बाबींची पूर्तता करून राजकीय पद प्राप्त करू शकतो व बहुमत प्राप्त झाल्यास तो त्या पदाचा अधिकारी होतो. जात, धर्म, भाषा, लिंग अशा कोणत्याही कारणावरून एखाद्या नागरिकाला एखाद्या राजकीय पदासाठी योग्य अथवा अयोग्य ठरविता येत नाही. अल्पसंख्याक जाती-जमातींना, वर्गांना प्रतिनिधित्व देण्यासाठी आरक्षण ठेवले जाते. उदा. भारतामध्ये

अनुसूचित जाती-जमातींसाठी कायदेमंडळामध्ये काही जागा राखीव ठेवण्यात आल्या आहेत. निर्णय-निश्चिती संस्थांमध्ये त्यांना योग्य प्रतिनिधित्व याद्वारे उपलब्ध करून दिले जाते.

८) स्वतंत्र्य न्यायदानमंडळ

कायदेमंडळ व कार्यकारीमंडळ यांच्यापासून न्यायदानमंडळ स्वतंत्र असणे गरजेचे उदारमतवाद्यांना वाटते. न्यायदानमंडळाच्या स्वातंत्र्यामुळेच न्यायाधीश निःपक्षपतीपणे न्याय देऊ शकतात यातून लोकांचा विश्वास दृढ होतो.

९) उदारमतवादी लोकशाहीतील विचारप्रवाह

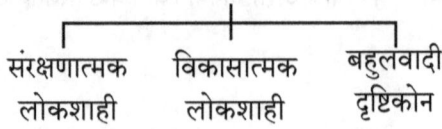

संरक्षणात्मक लोकशाही | विकासात्मक लोकशाही | बहुलवादी दृष्टिकोन

१) संरक्षणात्मक लोकशाही

उदारमतवादी विचारवंतांच्या मते, सुरुवातीला जेव्हा राजेशाही व्यवस्था होती तेव्हा राजाच्या जुलूमशाहीपासून लोकांचे संरक्षण करणे किंवा मुक्तता करणे हे लोकशाहीचे उद्दिष्ट होते. १६ व्या शतकामध्ये राजाच्या निरकुंश सत्तेला नियंत्रित करण्याचा प्रयत्न लोकांनी सुरू केला यातूनच व्यक्तिवादी विचार उदयाला आला. व्यक्तिवादानुसार प्रत्येक व्यक्ती ही स्वतंत्र असल्याबरोबरच स्वायत्तदेखील असते. प्रत्येक व्यक्तीला स्वतःचे धेय असते त्याचबरोबर आपले हित कशात आहे हे ही कळते. व्यक्तीला आपले उद्दिष्ट प्राप्त करण्यासाठी पोषक वातावरणाची गरज असते. त्यासाठी व्यक्तीला जीविताचे, स्वातंत्र्य व संपत्तीचा हक्क असला पाहिजे. हे हक्क व्यक्तीला मिळाल्यास तिला स्वातंत्र्य प्राप्त होते. जीविताच्या व वित्ताच्या हक्काचे रक्षण करण्यासाठी समाजातील सर्व व्यक्ती एकत्र आल्या असे उदारमतवाद्यांचे म्हणणे आहे.

उदारमतवादी विचारवंतांनी व्यक्तीच्या जीवनाचे खाजगी व सार्वजनिक असे दोन वेगवेगळे भाग मानले; तसेच राज्य व नागरी समाज या दोन गोष्टी वेगवेगळ्या आहेत असे मानले. राजकारणाचे क्षेत्र सार्वजनिक क्षेत्र मानले यामध्ये सामूहिक निर्णय घ्यावे लागतात; हे क्षेत्र संघर्षाचे असते. हे संघर्ष सोडविण्यासाठी व व्यक्तीच्या हक्कांचे रक्षण करण्यासाठी राज्य निर्माण केले गेले. तसेच राज्याला दंडशक्तीचा अधिकार दिला गेला. राज्य आपल्या अधिकारांचा गैरवापर करून नागरिकांच्या अधिकारांवर आक्रमण करेल अशी शंका उदारमतवाद्यांना वाटत होती; म्हणून त्यांनी

मर्यादित शासनाचा स्वीकार केला. लोकांची संमती असलेले शासन पण त्यावर लोकांचे नियंत्रण म्हणून उदारमतवाद्यांनी लोकशाहीचा स्वीकार केला.

उदारमतवादी लोकशाहीने प्रत्यक्ष लोकशाहीऐवजी प्रातिनिधिक लोकशाहीचा स्वीकार केला. राज्यघटना, कायद्याचे राज्य, मूलभूत अधिकारांचे रक्षण, निष्पक्ष न्यायदानमंडळ, सत्ताविभाजन या तत्त्वांचा स्वीकार केला. सार्वत्रिक मताधिकाराचा-देखील त्यांनी स्वीकार केला.

२) विकासात्मक लोकशाही

व्यक्तीस्वातंत्र्याचे रक्षण व सत्तेच्या दुरुपयोगावर नियंत्रण हे उदारमतवादी लोकशाहीचे महत्त्वाचे उद्दिष्ट आहे. व्यक्तीच्या राजकीय सहभागाला महत्त्व दिले गेले. मिलच्या मते, प्रातिनिधिक लोकशाहीमध्ये लोकांचा जास्तीत जास्त सहभाग असावा यामुळेच जनतेचा स्वशासन करण्याचा आत्मविश्वास वाढतो. लोकशाहीमध्ये खुली चर्चा घडून येते यातून समाजाचे हित साधले जाते. कायदेमंडळ हे विविध प्रकारच्या मतांना स्थान मिळवून देणारे व्यासपीठ आहे. शासन करण्यासाठी कौशल्य गरजेची आवश्यकता असते; त्यामुळे स्थानिक पातळीवर लोकांचा जास्तीत जास्त राजकीय सहभाग वाढण्यातून लोकांना शासन करण्याचे प्रशिक्षण प्राप्त होईल.

३) धोरण निश्चिती आणि बहुलवादी दृष्टिकोन

उदारमतवादी लोकशाहीमध्ये निर्णय हे बहुमताने घेतले जातात. उपयुक्ततावाद्यांनी 'जास्तीत जास्त लोकांचे जास्तीत जास्त सुख' हा विचार मांडल्याने शासनाचे कार्यक्षेत्र कमी केले, तर कल्याणकारी राज्याने राज्याच्या भूमिकेला महत्त्व दिले. राज्याचा हस्तक्षेप महत्त्वाचा मानला. बहुलवादी विचारवंत रॉबर्ट डाल यांच्या मते, निर्णयप्रक्रियेवर प्रभाव टाकण्याची क्षमता म्हणजे 'शक्ती' होय. आपले हितसंबंध पूर्ण करण्यासाठी लोक संघटना स्थापन करतात, संघटनांच्या माध्यमातून निर्णयप्रक्रियेवर प्रभाव टाकतात. धर्म, जात, शिक्षण, पैसा हे सर्व घटक निर्णयप्रक्रियेवर प्रभाव टाकतात. सक्रिय हितसंबंधी गट सत्ताधारी गटांवर नियंत्रण ठेवतात. परंतु सामाजिक व आर्थिक विषमतांमुळे दुर्बल घटकांचा प्रभाव धोरण निश्चितीवर पडत नाही. रॉबर्ट डालच्या मते, विषमतेमुळे लोकशाहीमध्ये काही गट वंचित राहतात.

साम्यवादी देशांमधील साम्यवादी व्यवस्थेऐवजी उदारमतवादी लोकशाहीचा जसा स्वीकार केला जात आहे त्याचप्रमाणे पश्चिम आशियामध्यदेखील लष्करी हस्तक्षेप करून लोकशाही प्रस्थापित केली जात आहे. उदारमतवादी लोकशाहीतील प्रातिनिधिक शासनपद्धत, कायद्याचे राज्य, व्यक्तीचे मूलभूत अधिकार, निवडणुका,

बहुपक्षपद्धती या तत्त्वाचा जगभरच्या व्यवस्था स्वीकार करीत आहेत. उदारमतवादी लोकशाहीला दुसरा कोणताही पर्याय नाही असे फुकूयामा या विचारवंतांने म्हटले आहे.

सारांश

प्रत्यक्ष सहभागी व उदारमतवादी लोकशाही हे लोकशाहीचे प्रमुख दोन प्रकार आहेत. प्राचीन काळात प्रत्यक्ष लोकशाही राबविणे शक्य होते; परंतु आधुनिक काळात प्रत्यक्ष लोकशाहीपेक्षा उदारमतवादी लोकशाहीचा स्वीकार जगातील बहुसंख्य देशांनी केलेला आहे. राज्यघटना, मर्यादित शासन, व्यक्तिस्वातंत्र्य, कायद्याचे राज्य, कायद्यासमोर समान समता या उदारमतवादी लोकशाहीच्या वैशिष्ट्यांना जगभर मान्यता मिळालेली दिसते. मथितार्थ असा, आधुनिक काळात प्रत्यक्ष लोकशाहीपेक्षा उदारमतवादी लोकशाही जास्त व्यवहार्य व उपयोगाची असलेली दिसते.

ब) लोकशाहीविषयक दृष्टिकोन

प्रस्तावना

लोकशाहीकडे विविध दृष्टिकोनातून पाहिले जाते त्यामुळे लोकशाहीविषयक विविध दृष्टिकोन आहेत. समाजवादी, भारतीय, स्त्रीवादी हे तीन मुख्य लोकशाहीविषयक दृष्टिकोन आहेत.

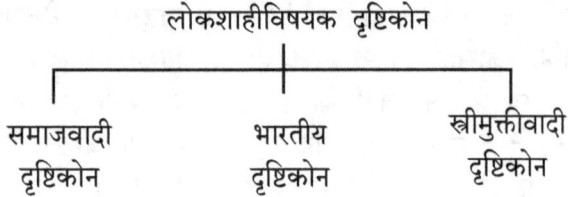

१) समाजवादी दृष्टिकोन

समाजवाद्यांच्या मते, लोकशाहीत काही थोड्या लोकांचे हित जपण्यासाठी राजकीय सत्तेचा वापर केला जातो. उत्पादन साधनांवर या थोड्या लोकांची मालकी असल्याने त्याचे वर्चस्व टिकून राहते. याचा अर्थ सामाजिक व आर्थिक व्यवस्थेमुळे विषमता निर्माण होते. खाजगी संपत्ती तसेच संपत्तीचे विषम पद्धतीने वाटप यामुळे समाजामध्ये सामाजिक व आर्थिक विषमता निर्माण होते यातून लोकांच्या राजकीय स्वातंत्र्यावर नियंत्रण येते.

कार्ल मार्क्स या साम्यवादी विचारवंताने राज्य ही एक तटस्थ संस्था आहे हा लोकशाहीतील विचार नाकारला. राज्यसंस्था वर्गीय असते. याचा अर्थ राज्यसंस्था भांडवलदार वर्गाचे हित जपते; त्याच्याच कल्याणासाठी कार्य करते. कामगार वर्गाचे

शोषण करणारी ती यंत्रणा आहे. राज्यसंस्था भांडवलदारांच्या हातातील शोषणाचे हत्यार आहे. राज्यसंस्था नष्ट केली तरच कामगार वर्गाचे शोषण थांबणार आहे. एंगल्सने राज्य हे प्रस्थापित वर्गाच्या नियंत्रणापासून स्वतंत्र असावे असे म्हटले. संसदीय लोकशाहीमध्ये निवडणुकांमध्ये यशस्वी होण्यासाठी कामगारांच्या काही मागण्या मान्य केल्या जातात. संपत्तीधारणेवर मर्यादा, रोजगार हमी यासारखे उपाय उदारमतवादी लोकशाहीत केले जात असले तरीसुद्धा राज्य भांडवलदारांच्या हिताच्या विरोधी निर्णय घेऊ शकत नाही. समाजवाद्यांनी लोकशाहीतील व्यक्तिगत अधिकारांवर टीका केली यामुळेच व्यक्ती स्वार्थी, भ्रष्ट बनते व समाजापासून वेगळी होते व इतरांना आपला शत्रू मानते. समाजवाद्यांच्या मते, सर्वांच्या विकासाला अनुकूल असे वातावरण, सामूहिक निर्णय प्रक्रिया, जास्तीत जास्त लोकांचा राजकीय सहभाग तसेच समाजवादी तत्त्वे व उदारमतवादी लोकशाही संस्था यांचा लोकशाहीत समन्वय साधला गेला पाहिजे. विषमता नष्ट करणे व लोकसहभाग वाढविणे या दोन गोष्टी साध्य झाल्या तर लोकशाही प्रत्यक्षात यशस्वी होवू शकते. आधुनिक साम्यवाद्यांच्या मते, जागतिकीकरण ही लोकशाहीपुढील सर्वांत मोठी समस्या आहे.

२) भारतीय दृष्टिकोन

भारत व तिसऱ्या जगातील देशांनी साम्राज्यवाद, वसाहतवाद यांच्या विरोधी संघर्ष करण्यासाठी लोकशाही ही संकल्पना स्वीकारली. पारतंत्र्यात राहिल्याने भारताचा विकास झाला नाही. स्वातंत्र्यानंतर देशाच्या विकासाचे उद्दिष्ट्य निश्चित करण्यात आले. भारतीय समस्यांना समजून घेण्यासाठी समाजवादी दृष्टिकोनच उपयोगी आहे असे मानून त्याचा स्वीकार करण्यात आला यामध्ये पंडित नेहरू व डॉ. राममनोहर लोहिया यांची भूमिका महत्त्वाची होती.

पंडित नेहरूंनी लोकशाही व समाजवाद यांचा समन्वय साधणारा नवा विचार मांडला त्यास 'लोकशाही समाजवाद' असे म्हटले गेले. नेहरूंनी भारतामध्ये उदारमतवादी लोकशाहीची संस्थात्मक चौकट निर्माण केली व भांडवलदारासाठी समाजवादी दृष्टिकोन स्वीकारला. राजकीय समतेबरोबर आर्थिक समता स्वीकारली. आर्थिक लोकशाही निर्माण करण्यासाठी अर्थव्यवस्थेमध्ये राज्याची भूमिका सक्रिय केली. राज्याने नियोजन, भूमीसुधार यासारखे विकासात्मक कार्यक्रम प्रत्यक्षात आणले. विकासासाठी राजकीय स्वातंत्र्याचा बळी दिला जाता कामा नये यावर पंडित नेहरू ठाम होते.

भांडवलशाहीतील सत्तेचे केंद्रीकरण व हुकूमशाही थांबविण्यासाठी व्यक्तीला मूलभूत अधिकाराची हमी व मताधिकार असावा असे नेहरूंनी म्हटले.

डॉ. राम मनोहर लोहिया यांनी लोकशाही ही लोकांना सक्षम करणारी यंत्रणा आहे, असे म्हटले. जनतेचा सक्रिय सहभाग व संघर्षातून सामाजिक बदल घडू शकतो. सामाजिक व सांस्कृतिक विषमतेविरोधी संघर्ष होणे अपरिहार्य आहे. राजकीय व आर्थिक सत्तेचे विकेंद्रीकरण केले जावे असा चित्तवेधक विचार लोहिया यांनी मांडला. त्यांनी चार खंबा राज्याची संकल्पना मांडली. गाव, जिल्हा, राज्य व केंद्र या चार पातळीवर राज्याच्या सत्तेचे विकेंद्रीकरण केले जावे. सैन्य व महत्त्वाचे उद्योग केंद्राकडे, लघुउद्योग जिल्ह्याकडे, कृषीक्षेत्र गाव स्तरावर असावे. कायदेमंडळ, कार्यकारी मंडळ व नियोजनमंडळ यामध्ये हे विकेंद्रीकरण लागू करावे. यामुळे समाजातील दुर्बल घटकांचादेखील उत्पादन, मालकी, प्रशासन व शिक्षण या क्षेत्राच्या निर्णय प्रक्रियेतील सहभाग वाढेल. सहभाग व विकेंद्रीकरण हे दोन महत्त्वाचे मार्ग लोहियांनी सुचविले. या मार्गाद्वारे लोकशाहीतील समस्यांवर मात करता येईल.

३. स्त्रीमुक्तीवादी दृष्टिकोन

स्त्रीमुक्तीवादी दृष्टिकोन हा एक लोकशाहीविषयक महत्त्वाचा दृष्टिकोन आहे. स्त्रियांनादेखील पुरुषांप्रमाणे स्वतःचे आयुष्य स्वायत्तपणे घडविण्याचा अधिकार आहे, स्त्री–पुरुष समता हा विचार स्त्रीमुक्तीवादी दृष्टिकोनामध्ये मध्यवर्ती आहे. खाजगी व सार्वजनिक अशी वर्गवारी उदारमतवाद्यांनी केली ती स्त्रीमुक्तीवाद्यांना अमान्य आहे. यामुळे कुटुंब हे खाजगी स्वरूपाचे मानले जाते व त्याला राजकारणापासून अलिप्त ठेवले जाते. राजकीय सत्ता, स्थान, प्रतिष्ठा यांचे विषम वाटप होते. पुरुषांच्या तुलनेत स्त्रियांना राजकीय सत्ता कमी प्रमाणात मिळते; म्हणूनच मतदानाच्या हक्कासाठी महिलांना संघर्ष करावा लागला, रस्त्यावरती उतरावे लागले अनेक राजकीय विचारवंतांनी स्त्रियांना नागरिकत्वाचा हक्क नाकारला. स्वतंत्र देशांमध्ये घटनेने राजकीय समता दिली असली तरीही राजकीय संस्था व निर्णयप्रक्रियेत महिलांना योग्य प्रतिनिधित्व नाही. राजकीय व सार्वजनिक क्षेत्रात स्त्रियांचा सहभाग वाढविणारी सार्वजनिक धोरणे प्रत्येक देशातील सरकार आखत आहे व ती अंमलात आणण्याचा प्रयत्न करित आहे. उदा. भारतामध्ये स्थानिक स्वराज्य संस्थांमध्ये महिलांना ३३ ते ५० टक्के आरक्षण. स्त्रीमुक्तीवाद्यांच्या मते, स्त्रियांना समतेची हमी दिली गेली पाहिजे. स्त्री–पुरुष भेद मान्य करण्याची भूमिका व लोकशाहीतील समता यामध्ये अंतर्विरोध आहे. स्त्री व पुरुषांना एकाच फूटपट्टीने मोजता येणार नाही ते स्त्रीवर्गावर अन्याय करणारे आहे. थोडक्यात, स्त्रीमुक्तीवाद्यांच्या मते, लोकशाहीमध्ये पुरुषांना स्त्रियांपेक्षा श्रेष्ठ मानले आहे. या दोन वर्गांमध्ये समानता निर्माण झाली पाहिजे असे स्त्रीमुक्तीवाद्यांचे म्हणणे आहे.

सारांश

समाजवादी, भारतीय व स्त्रीमुक्तीवादी हे तीन प्रमुख लोकशाहीविषयक दृष्टिकोन आहेत. समता, विकेंद्रीकरण, सहभाग या तत्त्वांना या तीनही दृष्टिकोनात महत्त्वाचे स्थान दिलेले आहे. या तीन तत्त्वांचा स्वीकार केला तर लोकशाही खऱ्या अर्थाने प्रत्यक्ष व्यवहारामध्ये वापरली जावू शकते; अशाप्रकारे लोकशाहीविषयक दृष्टिकोन सांगता येतात.

ब) लोकशाहीचे गुण-दोष

प्रस्तावना

कोणत्याही शासनप्रकारामध्ये गुण-दोष असतातच; कारण प्रत्येक मानवाच्या हितसंबंधाची पूर्तता कोणताही शासनप्रकार करू शकत नाही. जसजसा जगातील अनेक देशांनी लोकशाही हा शासनप्रकार स्वीकारला तसतसे त्यामधील दोष दिसून येऊ लागले. लोकशाहीत दोष असले तरीसुद्धा जगातील बहुतांश देशांनी लोकशाहीचा स्वीकार केलेला आहे. याचाच अर्थ लोकशाहीमध्ये गुण आहेत. लोकशाहीतील दोष कमी करून तो सर्वोत्तम शासनप्रकार म्हणून कशाप्रकारे अस्तित्वात आणता येईल यासाठी प्रयत्न होताना दिसत आहेत.

लोकशाहीचे गुण

१) सार्वजनिक हित व कल्याण

लोकशाहीमध्ये सार्वजनिक हित व कल्याण याला महत्त्व दिले जाते. सरकार निर्णय घेताना किंवा सार्वजनिक धोरण आखत असताना सर्वांच्या हिताचा व कल्याणाचा विचार करते. समाजातील प्रत्येक घटकाच्या इच्छा-अपेक्षा सरकारपर्यंत पोहचविणारी यंत्रणा असते. प्रत्येक प्रश्नावर आपले मत व्यक्त करण्याचे स्वातंत्र्य असते. लोकांच्या मतानुसार सरकार आपली धोरणे ठरविते. थोडक्यात, लोकशाहीमध्ये सार्वजनिक हित व कल्याणाचा विचार केला जातो हा तिचा गुण सांगता येतो.

२) समता, स्वातंत्र्य, बंधुता

लोकशाहीमध्ये प्रत्येक व्यक्ती स्वतंत्र असते. तिला स्वतःचे मत मांडण्याचे, विकास करण्याचे स्वातंत्र्य असते. तसेच सर्व प्रकारच्या विषमता नष्ट करून प्रत्येकाला विकासाची समान संधी लोकशाहीमध्ये उपलब्ध असते. सामाजिक, राजकीय व आर्थिक क्षेत्रांत समता व सर्वांना समान वागणूक दिली जाते. प्रत्येक व्यक्ती-व्यक्तीमधील संबंध हे बंधुत्वाचे असतात. कायद्याचे राज्य व कायद्यासमोर सर्वजण समान असतात तसेच कायदा सर्वांना समान पद्धतीने लागू केला जातो.

३) तज्ज्ञांचा व सामान्य माणसांचा शासनात सहभाग

लोकशाहीमध्ये सामान्य माणसांनी निवडलेल्या प्रतिनिधीमार्फत राज्यकारभार चालविला जातो. सार्वजनिक धोरणांची आखणी व अंमलबजावणी यासाठी तज्ज्ञांची, कौशल्य असणाऱ्यांची गरज असते. केवळ तज्ज्ञांना राज्यकारभार करण्यास दिला तर सामान्य जनतेचे कल्याण साध्य होत नाही कारण तज्ज्ञांकडून नियम, तत्त्व यांना महत्त्व दिले जाते. लोकप्रतिनिधिंना जनतेच्या समस्यांची जाणीव असते. याचाच अर्थ तज्ज्ञ व सामान्यांचे प्रतिनिधि याचा शासनात सहभाग असल्याने राज्यकारभार उत्तमप्रकारे चालतो.

४) सरकारला लोकांची अधिमान्यता

लोकशाहीत निवडणुंकाच्यामार्फत सरकार सत्तेवरती येते. लोकांचा पाठिंबा सरकाराला असल्यामुळे ते आत्मविश्वासाने कार्यक्षम असते. लोक सरकारला अधिमान्यता देतात म्हणून सरकार कार्य करू शकते किंवा त्याला स्थैर्य प्राप्त होते.

५) शांततेच्या माध्यमातून सत्तांतर

लोकशाहीमध्ये सरकारमध्ये परिवर्तन हे क्रांती किंवा हिंसेच्या माध्यमातून घडून येत नाही तर ते परिवर्तन शांततेच्या, निवडणुकांच्यामार्फत घडून येते. निवडणुकीच्या मार्फत सामान्य जनता सत्तांतर घडवून आणते. हा बदल शांततेच्या माध्यमातून होतो.

६) लोकशाही एक जीवनमार्ग

लोकशाही हा केवळ एक शासनप्रकार नसून तो एक जीवनमार्ग आहे. प्रत्येक व्यक्तीचे मूल्य एकच असते. तसेच कोणालाही दुसऱ्या कोणाच्या सुखाचे साधन व्हावे लागू नये अशी तरतूद असते. सामाजिक, आर्थिक, शैक्षणिक, सांस्कृतिक अशा कोणत्याच क्षेत्रांत आपले शोषण होणार नाही याची हमी लोकशाहीत नागरिकांना मिळते. समाजातील दुर्बल घटकांना विशेष साहाय्य देऊन विकासाची संधी दिली जाते. थोडक्यात, लोकशाहीमुळे नागरिकांचे जीवन परिपूर्ण होते.

लोकशाहीवर होणारी टीका किंवा दोष

१) सर्वसाधारण माणसाच्या हातात सत्ता : लोकशाहीत सुमार बुद्धिमत्तेच्या माणसांकडे राज्यकारभाराची सूत्रे किंवा निर्णायक सत्ता सोपविली जाते. या गोष्टींवर बहुसंख्याकांचे शासन म्हणजे अडाणी, बुद्धीपेक्षा भावनेने विचार करणाऱ्या, अपुरी माहिती असणाऱ्या व आळशी अशा सर्वसामान्य माणसाचे शासन असे म्हटले जाते.

२) बहुसंख्याकांच्या हातात सत्ता : केवळ संख्येच्या अधिक्याला गुण मानणे कितपत योग्य ठरले? म्हणजेच ५५ टक्के लोकांचे मत ४५ टक्के लोकांच्या मतापेक्षा अधिक शहाणपणाचे असते यावर विश्वास का ठेवायचा? बहुसंख्याकांच्या हातात सत्ता देणे म्हणजे त्यांच्यामधील बलदंडांच्या हातात सत्ता देणे ठरते.

३) समतेचे तत्त्व चुकीचे : प्रत्येकाला समान राजकीय सत्ता देण्यास कोणतेही योग्य कारण दिसत नाही; जर राजकारणात सर्वांना समान सत्ता द्यायची तर मग वैद्यकशास्त्र, व्यवसाय, धंदा, शेती इत्यादी क्षेत्रांमध्येही सर्वांना समान सत्ता किंवा हक्क का मिळू नयेत?

४) गुणवत्तेला किंमत नाही : प्रत्यक्ष व्यवहारात लोकशाहीतील धोरणे अयोग्य असतात व तज्ज्ञतेचा अभाव दाखवतात. दूरदर्शी मानवतावादातून लोकशाहीतील आर्थिक धोरणे व सामाजिक सुधारणा आखल्या जातात. त्यातून अनेक कृत्रिम व निरर्थक योजना तयार करून खरी निकोप स्पर्धा दडपली जाते. लोकशाहीत कृत्रिमपणे सामाजिक व आर्थिक स्तर समपातळीत आणण्याचा प्रयत्न केला जातो. या प्रक्रियेत असाधारण माणसांच्या गुणवत्तेला किंमत मिळत नाही.

५) अकार्यक्षम, खर्चिक व्यवस्था : लोकशाही ही अकार्यक्षम, खर्चिक व असहिष्णू राज्य पद्धती आहे व ती खऱ्या विकासाच्या आड येते, अशी टिका केली जाते.

६) अशास्त्रीयता : बहुमताने निर्णय घेताना बहुसंख्याक हे झुंडीच्या मानसशास्त्राने वागताना दिसतात. एकएकट्या माणसाचे विचार, मते किंवा कल्पना गटामध्ये लुप्त होतात. माणसांच्या समूहाचे एक स्वतंत्र मन तयार होते ज्यात माणसाचे व्यक्तिमत्त्व, त्याची जबाबदारी व स्वत: करीत असलेल्या गोष्टींविषयी त्याची जाणीव नष्ट होते. अशा समूहाचे निर्णय अर्थातच विवेकी, जबाबदार व योग्य असतातच असे नाही. लोकशाही व्यवस्था फार मोठ्या प्रमाणात समूहाच्या मानसशास्त्राचे दर्शन घडवितात. लोकशाहीचे अविभाज्य घटक मानल्या जाणाऱ्या मतदारसंघात किंवा विधिमंडळात व्यक्ती समूहात असते व ती भावनेच्या आधारे निर्णय घेते. ही गोष्ट लक्षात घेतली तर लोकशाही विचारप्रणालीतील अशास्त्रीयता उघड होते.

७) अव्यवहारी : लोकशाही खऱ्या अर्थाने अशक्यच असते. ती केवळ नैतिकदृष्ट्या असमर्थनीय असते असे नसून ती व्यवहारात येणेच शक्य नसते.

८) अल्पसंख्याक गटांकडे सत्ता : विल्फ्रेडो परेटो या विचारवंताने असा विचार मांडला की, राजेशाही, उमरावशाही किंवा लोकशाही अशा शासनप्रकारांमध्ये

मूलत: फरक नसतो. या प्रत्येक पद्धतीत राज्यकर्त्यांचा संख्येने लहान असणारा वर्ग, अंशत: बळाच्या जोरावर व अंशत: लोकसंमतीच्या आधारावर स्वत:ची सत्ता टिकवण्याचा प्रयत्न करीत असतो. संसद किंवा सार्वजनिक हुकूमशहा यांच्यामागे राहून एक अल्पसंख्य गटच शासनसंस्थेतील खरे निर्णय घेण्यात प्रमुख भूमिका बजावीत असतो. फक्त, लोकशाहीत लोकांना असे समजण्यास मुभा असते की, शासनसंस्था त्यांच्या इच्छेनुसार नियंत्रित केली गेली आहे. लोकांच्या इच्छा व्यक्त होऊन, गटबाजी न चालता चालणारी राज्यपद्धती केवळ सैद्धान्तिकांच्या अपेक्षांमध्येच असते, प्रत्यक्षात नाही.

९) सामान्य जनतेचा राजकारणातील मर्यादित सहभाग : रॉबर्ट मिशेल्स यांनी असे दाखवून दिले की, जरी नागरिकांना पूर्ण राजकीय हक्क असले तरी ते राज्यकारभारात प्रभावी सहभाग घेत नाहीत. लोक त्यांच्या आवडत्या व विश्वासू नेत्याचे निर्णय मान्य करायलाच उत्सुक असतात. बहुसंख्याकांच्या नावाने प्रत्यक्षात काही प्रभावी नेते किंवा अल्पसंख्य गटच सत्तेचा वापर करतात. सामान्य माणसाला आपले मत नसतेच! तसेच राज्यकारभारात भाग घेण्याची इच्छाही नसते असे म्हटले जाते.

सारांश

लोकशाहीवर केल्या जाणाऱ्या वरील टीकेत बरेच तथ्य आहे; पण मग प्रश्न असा पडतो की, तरीही जगातले अनेक देश लोकशाही व्यवस्था निर्माण करण्याच्या आदर्शाचा का ध्यास घेत असतात? 'लोकशाही', या शब्दाचे एवढे आकर्षण का? तसेच काहीही म्हटले तरी लोकशाही व्यवस्थाच लोकांना अधिक पसंत का असते? या प्रश्नांचे उत्तर म्हणजे लोकशाहीतले दोष मान्य करूनही लोकशाहीला पर्याय नसतो असे दिसते. लोकशाहीतच मर्यादित शासन असते व लोकांना व शांततामय मार्गाने बदल करता येण्याची शक्यता असते. हुकूमशाही किंवा सर्वंकषवादी देशांमध्ये ही शक्यता जवळजवळ नसतेच. जुलूम किंवा अन्यायाविरुद्ध आवाज उठविणे केवळ लोकशाहीतच शक्य असते. त्यामुळे लोकशाहीच्या सर्व दोष किंवा मर्यादांसह तीच सर्वोत्तम पर्याय ठरते.

───────────

सराव प्रश्न

१) लोकशाहीची संकल्पना स्पष्ट करा.

२) लोकशाहीची व्याख्या सांगून अर्थ स्पष्ट करा.

३) लोकशाहीची वैशिष्ट्ये सांगा.

४) लोकशाहीचे प्रकार स्पष्ट करा.

५) प्रत्यक्ष लोकशाही म्हणजे काय हे सांगून तिची साधने स्पष्ट करा.

६) उदारमतवादी लोकशाहीची वैशिष्ट्ये सांगा.

७) उदारमतवादी लोकशाहीतील विचारप्रवाह स्पष्ट करा.

८) लोकशाहीविषयक दृष्टिकोन स्पष्ट करा.

९) लोकशाहीचे मूल्यमापन करा किंवा लोकशाहीचे गुण-दोष सांगा.

प्रकरण सातवे

सार्वभौमत्व
(Sovereignty)

अ) सार्वभौमत्वाचा अर्थ आणि वैशिष्ट्ये
(Meaning and Characteristics of Sovereignty)

ब) सार्वभौमत्वाचे सिद्धान्त
(Theory of Sovereignty)

अ) सार्वभौमत्वाचा अर्थ, वैशिष्ट्ये

प्रस्तावना

राज्य ही संकल्पना शिकताना आपण पाहिले की, सार्वभौमत्वाशिवाय राज्याची निर्मिती होऊच शकत नाही. सार्वभौमत्व हे राज्यसंस्थेला इतर संस्थांपासून वेगळे ठरविते. सार्वभौमत्वामुळे राज्याला व्यक्ती आणि समाजातील इतर संस्थांवर वर्चस्व गाजविता येते. सार्वभौमत्व हे राज्याची अंतिम सत्ता दर्शविते. बाह्य आणि अंतर्गत निर्णय घेण्यामध्ये असलेले राज्याचे स्वातंत्र्य म्हणजे 'सार्वभौमत्व' होय. सार्वभौमत्व हे सर्वश्रेष्ठ, सर्वव्यापक, स्थायी, अदेय आणि अविभाज्य सत्तेचे प्रतीक असते. सार्वभौमत्वाची संकल्पना राज्याशास्त्रामध्ये तुलनेने नवीन आहे. जागतिकीकरणाच्या काळात पुन्हा एकदा सार्वभौमत्वाच्या संकल्पनेला महत्त्व प्राप्त झालेले आहे. राज्य आणि सार्वभौमत्वापुढील आव्हाने ही सध्या चर्चेचा विषय बनली आहेत. या प्रकरणात आपण सार्वभौमत्व म्हणजे काय? सार्वभौमत्व या संकल्पनेचा अर्थ, वैशिष्ट्ये, सार्वभौमत्वाचे विविध सिद्धान्त यांचा आढावा घेणार आहोत.

सार्वभौमत्व म्हणजे काय?

सार्वभौमत्वाला इंग्रजीमध्ये सॉव्हेरनिटी (Sovereignty) असे म्हणतात. सॉव्हेरनिटी या शब्दाची व्युत्पत्ती लॅटिन भाषेतील 'सुपरनॅस' (Superanus) या शब्दापासून झालेली आहे. सुपरनॅस म्हणजे सर्वोच्च शक्ती होय. सार्वभौमत्व म्हणजे राज्याची सर्वश्रेष्ठ सत्ता होय. सार्वभौमसत्तेचे शासन हे राज्यांतर्गत आणि राज्याबाहेर स्वतंत्र असते. राज्यांतर्गत कोणतीही संस्था, व्यक्ती राज्याच्या सत्तेला आव्हान देऊ शकत नाहीत. राज्याबाहेरील स्वातंत्र्यात राज्यावर कोणत्याही परकीय सत्तेचे किंवा राज्याचे नियंत्रण नसते. सार्वभौम सत्तेला देशांतर्गत बाबींमध्ये आणि बाह्यसंबंधांमध्ये निर्णय घेण्याचे स्वातंत्र्य असते. सार्वभौमत्वामुळे राज्यातील सर्व नागरिकांवर आणि सर्व संस्थांवर राज्याचा अधिकार चालतो. राज्याला कोणतीही व्यक्ती अथवा संस्था आव्हान देऊ शकत नाही. तिच्या आज्ञा पाळणे व्यक्तींवर बंधनकारक असते. सार्वभौमत्व म्हणजे सर्वश्रेष्ठ आणि निरंकुश सत्ता होय.

सार्वभौमत्वाच्या व्याख्या व अर्थ

१) जीन बोदाँ या लेखकाने सर्वप्रथम आधुनिक सार्वभौमत्वाची संकल्पना मांडली. त्यांच्या मते, 'सार्वभौमसत्ता म्हणजे कोणत्याही कायद्यांच्या नियंत्रणापासून मुक्त असलेली आणि राज्याच्या नागरिकांवर आणि प्रजाजनांवर चालणारी सर्वश्रेष्ठ सत्ता होय.'

२) ग्रोशिअसच्या मते, 'सार्वभौमसत्ता म्हणजे अशी सर्वोच्च सत्ता की जी एका व्यक्तीमध्ये एकवटलेली असते आणि त्या व्यक्तीचे कृत्य अन्य कशाच्या नियंत्रणात नसून तिच्या इच्छेची पायमल्ली होऊ शकत नाही अशी सत्ता होय.'

३) ब्लॅकस्टोनच्या मते, 'सार्वभौमसत्ता म्हणजे अशी सत्ता की जिच्यात सर्वोच्च, अपरिहार्य, अनियंत्रित अधिमान्य सत्ता असते. तिच्यामध्ये राज्याची कायदेविषयक सत्ता अंतर्भूत असते.'

४) जेलिनेकच्या मते, 'सार्वभौमत्व म्हणजे राज्याची अशी सत्ता की जिच्यावर स्वत:खेरीज इतर कोणतीही सत्ता बंधने घालू शकत नाही.'

५) पोलोकच्या मते, 'सार्वभौमसत्ता म्हणजे अशी सत्ता की जी कायमस्वरूपी असते, जिची सत्ता प्रदत्त करता येत नाही, जी कोणत्याही नियमांना बांधील नसते, जिच्यात बदल करता येत नाहीत आणि जिचे कोणाप्रतीही उत्तरदायित्व नसते.'

६) विलोबीच्या मते, 'सार्वभौमत्व म्हणजे राज्याची सर्वश्रेष्ठ इच्छा होय.'

७) डोनाल्ड रसेलच्या मते, 'सार्वभौमसत्ता म्हणजे राज्यातील सर्वांत

सामर्थ्यशाली आणि सर्वश्रेष्ठ अधिमान्य सत्ता की जिची सत्ता कोणीही मर्यादित करू शकत नाही.'

८) **लास्कीच्या मते,** 'सार्वभौम सत्ता म्हणजे अशी सत्ता की जी राज्यातील सर्व नागरिकांना आणि संघटनांना आदेश देते. ती कोणाचेही आदेश स्वीकारत नाही. तिच्या इच्छेवर कोणत्याही स्वरूपाचे कायदेशीर बंधन नसते.'

वरील व्याख्यांवरून सार्वभौमत्व म्हणजे काय याची कल्पना येते. सार्वभौमसत्ता ही राज्याची सर्वश्रेष्ठ, अंतिम आणि अनियंत्रित सत्ता असते.

सार्वभौमसत्तेची वैशिष्ट्ये

१) सर्वव्यापकता (Universality)

राज्याची सत्ता ही सर्वव्यापक असते. राज्यातील सर्व नागरिक, त्यांनी निर्माण केलेल्या संस्था आदिंवर राज्याचे नियंत्रण असते. राज्याच्या कार्यक्षेत्रांमध्ये राज्याची सार्वभौमसत्ता अंतिम असते. राज्यातील कोणीही या सार्वभौमसत्तेपासून मुक्त नसते. सार्वभौमसत्तेच्या सर्वव्यापकतेला अपवाद परदेशी वकिलातींचा केला जातो. तिथे राज्याची सार्वभौमसत्ता चालत नाही. मात्र, या परदेशी दूतावासांची निर्मितीदेखील राज्याच्या परवानगीनेच झालेली असते. आंतरराष्ट्रीय नियमांचा एक भाग म्हणून राज्याची सत्ता या वकिलातींवर चालत नाही.

२) सर्वश्रेष्ठत्व (Absoluteness)

राज्याची सत्ता सर्वोच्च तसेच सर्वश्रेष्ठ असते. तिच्यावर कोणत्याही स्वरूपाची बंधने नसतात. सार्वभौमसत्तेवर बाह्य किंवा अंतर्गत अशा कोणत्याही सत्तेचे नियंत्रण नसते. राज्याची सत्ता सार्वभौम नसेल तर राज्यचं अस्तित्वात येऊ शकत नाही. १९४७ साली भारत स्वतंत्र झाला. भारतीय राज्यघटनेत देश सार्वभौम झाल्याचे आपण घोषित केले. तोपर्यंत भारत हे राज्य सार्वभौम नव्हते. भारताची अंतिम सत्ता ही ब्रिटिशांकडे होती. ते भारतीयांच्या वतीने निर्णय घेत असत. १९४७ नंतर मात्र भारताला बाह्य आणि अंतर्गत बाबींमध्ये निर्णय घेण्याचे स्वातंत्र्य प्राप्त झाले. राज्याची खऱ्या अर्थाने सर्वश्रेष्ठ सत्ता भारतात प्रस्थापित झाली.

३) स्थायित्व (Permanence)

सार्वभौमत्व हे राज्याला कायमस्वरूपी चिकटलेले असते. राज्याच्या अंतापर्यंत सार्वभौमत्वाचे अस्तित्व असते. किंबहुना, सार्वभौमत्वाचा अंत म्हणजे राज्याचा अंत मानला जातो. सार्वभौमत्व धारण करणाऱ्या व्यक्तीचे निधन होऊ

शकते. मात्र, राज्याचे सार्वभौमत्व कायम राहते. राज्याच्या उत्तराधिकाऱ्याकडे सार्वभौमत्व हस्तांतरित होते. सार्वभौमत्व हे चिरंतन असते. ते तात्पुरते किंवा क्षणिक असत नाही.

४) अदेयत्व (Inability)

जी दुसऱ्यास देता येत नाही ती गोष्ट म्हणजे अदेय. सार्वभौमत्व देखील दुसऱ्याला देता येत नाही. त्यामुळे ते अदेय आहे. ते राज्याशी जोडलेले असते. व्यक्ती ज्याप्रमाणे स्वत:चे जीवन दुसऱ्यास देऊ शकत नाही त्याचप्रमाणे राज्यदेखील सार्वभौमत्व दुसऱ्यास देऊ शकत नाही. सार्वभौमत्व राज्याचा अविभाज्य भाग आहे. तो त्यापासून दूर करता येत नाही. दुसऱ्यास सार्वभौमत्व बहाल केल्यास तो राज्याचा आत्मविनाश ठरतो.

५) अविभाज्यता (Indivisibility)

राज्याची सार्वभौमसत्ता ही अविभाज्य असते. तिचे विभाजन करता येत नाही. एका राज्यात अनेक सत्ता एकाच वेळी अस्तित्वात असू शकत नाही. तसे झाल्यास एकापेक्षा अनेक राज्य अस्तित्वात येतील. मात्र संघराज्यीय व्यवस्था ही सार्वभौमत्वाच्या विभाजनावर आधारित नाही. संघराज्यामध्ये शासनाच्या अधिकाराचे विभाजन केंद्रशासन आणि घटक राज्यांमध्ये झालेले असते.

अशा पद्धतीने राज्य सार्वभौमसत्ता बनण्यासाठी सर्वव्यापकता, सर्वश्रेष्ठत्व, स्थायित्व, अदेयत्व, अविभाज्यता इत्यादी गुणवैशिष्ट्ये आवश्यक असतात. वरील निकषांची पूर्तता केल्यासच राज्य सार्वभौमसत्ता मानली जाते.

अरब-इस्रायल संघर्षाचे कारण देखील सार्वभौमत्वाच्या दाव्याशी निगडित आहे. पॅलेस्टाईनच्या लोकांना स्वत:चा भूप्रदेश असणारे आणि सार्वभौमत्व असणारे राज्य हवे आहे. त्याला इस्रायल मान्यता देत नाही. अशाप्रकारच्या मागण्या इस्रायलला स्वत:च्या सार्वभौमत्वावरील आव्हानं वाटतात. आंतरराष्ट्रीय समुदायाने मान्यता दिल्यानंतरच एखाद्या राष्ट्राच्या सार्वभौमत्वाच्या दाव्याला मान्यता मिळते. एखाद्या वेळेस राज्यातील काही समूह हे राज्याचे सार्वभौमत्व मान्य करत नसतील परंतु त्या राज्याचे बाह्य सार्वभौमत्व मात्र स्वीकारले जाते. परकीय सत्तेच्या बंधनापासून मुक्तता म्हणजेच 'सार्वभौमत्व' होय असा अर्थ मानला जातो. बाह्य सार्वभौमत्व हे राज्याच्या भूप्रदेशातील लोकांच्या बाबत कायदे, नियम, त्यांच्यावर टाकावयाची बंधने याबाबत राज्याचा अधिकार मान्य करते. राज्याच्या अंतर्गत कारभारात हस्तक्षेप करत नाही. आपल्या नागरिकांशी व्यवहार करावयाचे पूर्ण स्वातंत्र्य राज्याला असते. त्यात बाह्य सत्ता जेव्हा हस्तक्षेप करत नाहीत तेव्हा ते राज्य सार्वभौम आहे असे मानले जाते.

सार्वभौमत्वाचे प्रकार

नामधारी आणि वास्तविक सार्वभौमत्व

नामधारी सार्वभौमत्व म्हणजे जिथे सार्वभौमत्व हे केवळ नावापुरते असते. वास्तविक सार्वभौमत्वामध्ये सत्तेचा वापर प्रत्यक्षात केला जातो. ब्रिटनचा राजा हा नामधारी सार्वभौमत्वाचा उत्कृष्ट नमुना आहे. हा राजा केवळ नामधारी असतो. ब्रिटनचा राज्यकारभार हा राजाच्या नावाने चालतो. परंतु हा अधिकार प्रत्यक्षात वापरण्याचे काम पंतप्रधान आणि मंत्रिमंडळ करत असते. हे मंत्रिमंडळ ब्रिटनच्या कायदेमंडळाला जबाबदार असते. अमेरिका आणि फ्रान्सचा राष्ट्राध्यक्ष हे मात्र वास्तविक प्रमुख असतात; त्यांच्यामध्ये राज्याची सत्ता एकवटलेली असते.

कायदेशीर आणि राजकीय सार्वभौमत्व

कायदेशीर सार्वभौमत्वाला राज्यामध्ये कायदे करण्याचा आणि त्यांची अंमलबजावणी करण्याचा पूर्ण अधिकार असतो. राज्याने केलेला कायदा हा सर्वांवर बंधनकारक असतो. या कायद्यांमध्ये बदल करण्याचा अधिकार देखील याच संस्थेला असतो. हे कायदे करण्याचा अधिकार काही व्यक्ती अथवा संस्थांना दिलेला असतो. या संस्था काळाप्रमाणे कायद्यांत बदल करत असतात. लोकशाही देशांमध्ये कायदेमंडळामध्ये कायदेशीर सार्वभौमत्व अंतर्भूत असते. भारतात संसदेला कायदेशीर सार्वभौमत्व घटनेने दिलेले आहे. संसद कोणता कायदा करावयाचा आणि कोणता कायदा बदलावयाचा याबाबत निर्णय घेत असते.

ब) सार्वभौमत्वाचे सिद्धान्त

सार्वभौमसत्तेचा एकसत्तावादी सिद्धान्त

सार्वभौमसत्तेचा एकसत्तावादी दृष्टिकोन स्वीकारणाऱ्यांची अशी धारणा असते की, राज्य ही सर्वोच्च सामाजिक संस्था आहे. राज्यात इतर सामाजिक संस्था असतात परंतु राज्य या संस्थेचे स्थान आणि सत्ता ही एकमेवाद्वितीय आहे असे त्यांना वाटते. राज्याची सत्ता अनेक ठिकाणी विभाजित झालेली नसते. राज्याखेरिज इतर कोणत्याही संस्थेला अथवा व्यक्तीला दंडात्मक कारवाई करण्याचा अधिकार नाही. त्यामुळे राज्य हे सर्वश्रेष्ठ सत्ताकेंद्र आहे; अशी भूमिका एकसत्तावादी सिद्धान्ताचे समर्थक मांडतात.

थॉमस हॉब्ज, बेंथम, जॉन ऑस्टीन यांच्या विवेचनातून सार्वभौमत्वाचा एकसत्तावादी दृष्टिकोन स्पष्ट होतो. या सिद्धान्ताची व्यवस्थित मांडणी जॉन ऑस्टीन या ब्रिटिश विचारवंताने केली. त्यामुळे त्याला 'ऑस्टीनचा सार्वभौमत्वाचा सिद्धान्त' असेही म्हटले जाते.

ऑस्टीनचा सार्वभौमसत्तेचा सिद्धान्त किंवा एकसत्तावादी सिद्धान्त

जॉन ऑस्टीन हा इंग्लडमधील प्रसिद्ध कायदेपंडित होता. त्याने The Province of Jurisprudence Determined (१८३२) हा ग्रंथ लिहिला. ऑस्टीन कायद्याची व्याख्या करताना असे म्हणतो की, सार्वभौमत्वाची आज्ञा म्हणजे कायदा होय. यातून प्रश्न निर्माण होतो की सार्वभौम कोण? या प्रश्नाचे उत्तर म्हणजेच ऑस्टीनचा सार्वभौमत्वाविषयीचा सिद्धान्त होय.

ऑस्टीनच्या मते, सार्वभौम म्हणजे अशी व्यक्ती किंवा श्रेष्ठी की जिच्यावर इतर कोणाचेही बंधन वा नियंत्रण नसते. तो श्रेष्ठी किंवा व्यक्ती विशिष्ट भूप्रदेशातील लोकांकडून आज्ञापालन करून घेत असेल तर तो त्या समाजातला सार्वभौम आहे आणि तो समाज राजकीय व स्वतंत्र आहे असे मानले जाते. ऑस्टीनच्या मते, राजकीयदृष्ट्या प्रबळ व्यक्तींनी इतरांसाठी घालून दिलेले नियम म्हणजेच कायदे. या कायद्यांची अंमलबजावणी करण्याची अमर्याद शक्ती सार्वभौमत्वात असल्याने लोक त्याचे पालन करतात.

ऑस्टीनच्या विधानांचे स्पष्टीकरण केल्यास खालील बाबी स्पष्ट होतात –

१) प्रत्येक स्वतंत्र राजकीय समाजात एक स्पष्टपणे दिसणारा व्यक्ती किंवा व्यक्तीसमूह सामर्थ्यशाली असतो. या व्यक्तींमध्ये राज्याची सत्ता एकवटलेली असते. त्याच्यावर इतर कोणाचेही नियंत्रण नसते.

२) या सार्वभौम सत्तेशिवाय स्वतंत्र राजकीय समाजच अस्तित्वात येऊ शकत नाही.

३) सार्वभौम सत्ता ज्या श्रेष्ठीमध्ये असते तो कायद्यांचा निर्माता असतो. त्याने निर्माण केलेले नियम म्हणजेच कायदे होय.

४) त्याने केलेले कायदे सर्वांवर बंधनकारक असतात. त्याची अंमलबजावणी शक्तीच्या माध्यमातून करण्याचे सामर्थ्य या श्रेष्ठींमध्ये असते.

५) ऑस्टीनचा सार्वभौम हा एकमेव, अद्वितीय असतो. त्याची सत्ता अमर्याद, अविभाज्य व निरंकुश असते. तिच्यात हाती अंतिम सत्ता असते. ती जनतेच्या, ईश्वराच्या वगैरे हाती नसते.

६) श्रेष्ठीची सत्ता हाच एकमेव घटक सार्वभौमत्वाच्या बाबतीत निर्णायक असतो.

एकसत्तावादी सिद्धान्तावरील टीका

ऑस्टीनने मांडलेल्या एकसत्तावादी सिद्धान्ताबाबत अनेकांनी आक्षेप घेतलेले आहेत. या सिद्धान्तावरील काही टीका पुढीलप्रमाणे सांगता येतील –

१) सार्वभौमत्व निश्चित व्यक्तींच्या हाती नसते

ऑस्टीन म्हणतो की, सार्वभौमत्व हे नेहमी विशिष्ट व्यक्तींच्या किंवा श्रेष्ठींच्या हाती असते, परंतु व्यवहारात नेहमीच असे असेल असे नाही. राज्याची सत्ता ही विविध संस्थांमध्ये विभागलेली असते.

२) सार्वभौमाच्या आज्ञा म्हणजेच केवळ कायदा नव्हे

ऑस्टीनच्या मते, कायदा म्हणजे राज्याने केलेल्या आज्ञा होय. परंतु अनेकदा कायद्याचे स्रोत केवळ राज्य हे नसते. अनेक रूढी, परंपरा, संकेत या माध्यमातून देखील कायद्यांची निर्मिती होत असते. त्यामुळे ऑस्टीनच्या या विचारांवर आक्षेप घेतला जातो.

३) अतिवैधानिक व अमूर्त

ऑस्टीनने मांडलेला सार्वभौमत्वाचा सिद्धान्त हा अतिवैधानिक आणि अमूर्त स्वरूपाचा आहे. तो सार्वभौमत्वाचा विचार केवळ कायद्याच्या अंगाने करतो. त्याच्या मागील तात्त्विक भूमिका तो विचारात घेत नाही. जनतेचे सार्वभौमत्व ही आधुनिक राज्यातील महत्त्वाची बाब आहे. ज्याच्याकडे सार्वभौम सत्ता आहे असा मानवी श्रेष्ठी आधुनिक काळात सापडणार नाही.

४) व्यक्ती केवळ सरावाने आज्ञा पाळतात हे चुकीचे

सार्वभौम सत्तेचे लोक केवळ सरावाने पालन करतात हे मानणे चुकीचे आहे. प्रत्येक व्यक्तीमध्ये विवेक असतो. त्याच्या विवेकाला पटतात म्हणून तो राज्याच्या कायद्यांचे पालन करतो. राज्यदेखील मनमानीपणे आज्ञा देऊ शकत नाही. अशा स्वरूपाच्या आज्ञा लोक पाळतीलच असे नाही.

५) एकसत्तावादी सार्वभौम आधुनिक काळात अशक्य

ऑस्टीन म्हणतो त्याप्रमाणे आधुनिक काळात सत्तेचे केंद्रीकरण असलेली सार्वभौम श्रेष्ठी सापडणे अशक्य आहे. लोकशाही व्यवस्थेमध्ये लोकांच्या धारणा, मते, भूमिका यांना राज्यकर्त्यांच्या मतांपेक्षा अधिक किंमत असते; जर एखाद्या शासनाने लोकविरोधी भूमिका घेतली तर ते शासन सत्तेवर राहूच शकत नाही.

६) निरंकुश सत्ता अशक्य

निरंकुश सत्ता आधुनिक काळात अस्तित्वात येणे शक्यच नाही. राज्यसत्तेच्या वर्तनावर देखील आधुनिक काळात राज्यघटनेच्या आणि मूलभूत हक्कांच्या माध्यमातून बंधने घातली जातात. कोणत्याही राज्याला निरंकुशपणे सत्ता

चालविता येत नाही. त्या सत्तेला बाह्य राज्यांचे हक्क मर्यादित करतात तर अंतर्गत सत्तेला नागरिकांचे हक्क सीमित करतात.

७) लोकशाही विरोधी

ऑस्टीनचा सिद्धान्त हा लोकशाही विरोधी आहे. जनतेच्या भूमिकांना, मतांना हा सिद्धान्त महत्त्व देत नाही. आधुनिक काळात बहुतांशी राज्यांमध्ये लोकशाही राजवट असल्याने सार्वभौमत्वाचा हा सिद्धान्त तिथे लागू पडत नाही. ही या सिद्धान्ताची मर्यादाच आहे.

थोडक्यात, सार्वभौमत्वाचा एकसत्तावादी सिद्धान्त हा लोकशाही विरोधी आहे. तो तर्कशुद्ध विचारांवर आधारलेला नाही. तो समाजातील राजकीय-सामाजिक शक्तींचा प्रभाव विचारात घेत नाही. तो राज्याच्या लोककल्याणाच्या भूमिकेचाही विचार करत नाहीत.

सार्वभौमत्वाचा अनेकसत्तावादी सिद्धान्त

सार्वभौमत्वाच्या अनेकसत्तावादी सिद्धान्ताची पायाभरणी १९ व्या शतकातील युरोपात घडलेल्या सामाजिक बदलांमध्ये आहे. औद्योगिकरण, लोकशाहीचा विस्तार यांसारख्या घटनांतून अनेकसत्तावादी सिद्धान्ताला चालना मिळाली. ऑस्टीनच्या एकसत्तावादी सिद्धान्ताला प्रत्युत्तर म्हणून अनेकसत्तावादी सिद्धान्त उदयास आला.

अनेक समाजशास्त्रज्ञ आणि राज्यशास्त्रज्ञांनी सार्वभौमत्वाचा अनेकसत्तावादी सिद्धान्त विकसित केला. ईमाईल दुखाईम, ओटो वॉन गिर्के, एफ. डब्यू. मेटलँड, जी.डी.एच. कोल, हेरॉल्ड जे. लास्की, अर्नेस्ट बर्कर, ए.डी. लिंडसे, रॉबर्ट मॅक्लेव्हर आदींनी सार्वभौमत्वाच्या अनेकसत्तावादी सिद्धान्तात भर घातली. अनेकसत्तावाद्यांना राज्याचे सर्वश्रेष्ठत्व मान्य नाही. त्यांच्या मते, राज्याएवढेच महत्त्वाचे काम राज्यातील इतर संस्था, संघटना पार पाडत असतात. या संस्था आणि समूह देखील राज्याएवढेच सार्वभौम आणि स्वतंत्र असले पाहिजेत. असे झाले तरच राज्यातील नागरिकांचे स्वातंत्र्य अबाधित राहील. अनेकसत्तावाद्यांची अशी अपेक्षा आहे की राज्यातील स्पर्धक समूहांमधील संघर्ष किंवा वाद सोडविण्याचे काम राज्याने करावे. थोडक्यात, राज्याने मध्यस्थाची भूमिका पार पाडावी अशी अपेक्षा अनेकसत्तावाद्यांना आहे.

अनेकसत्तावाद्यांच्या दृष्टिकोनातून सार्वभौमत्व

अनेकसत्तावादी राज्य आणि समाज यांमध्ये भेद करतात. राज्य या संस्थेचे वेगळेपण त्यांना मान्य नाही. त्यांच्या मते, राज्य ही देखील इतर सामाजिक संस्थासारखीच

एक सामाजिक संस्था आहे. त्याची अधिमान्यसत्ता ही समाजातील इतर संस्थांबरोबर विभागली गेली पाहिजे. तसेच राज्य हे कायद्यापेक्षा श्रेष्ठ नसते अशी भूमिका ते मांडतात.

अनेकसत्तावादी सिद्धान्ताची वैशिष्ट्ये

१) एकसत्तावादाला प्रखर विरोध

अनेकसत्तावादी हे राज्याच्या सार्वभौमत्वाच्या पारंपरिक सिद्धान्ताला प्रखर विरोध करतात. राज्य हे सर्वश्रेष्ठ, सर्वोच्च संस्था आहे हे त्यांना मान्य नाही. एकसत्तावाद्यांनी, राज्याच्या निरंकुश सत्तेचे केलेले समर्थन अनेकसत्तावाद्यांना मान्य नाही. सार्वभौमसत्ता ही केवळ राज्याची मक्तेदारी नाही.

२) राज्यसंस्था ही अनेक संस्थांपैकी एक

समाजात राज्यसंस्थेप्रमाणेच अनेक सामाजिक, धार्मिक, सांस्कृतिक संस्था असतात. त्या प्रत्येक संस्थेचे प्रयोजन आणि उद्दिष्ट्ये वेगवेगळी असतात. राज्य ही जशी मानवी जीवनासाठी आवश्यक संस्था आहे तशाच या संस्थादेखील मानवाच्या गरजेतून निर्माण झालेल्या आहेत. व्यक्तीच्या कल्याणासाठी या संस्थादेखील राज्याप्रमाणेच आवश्यक असतात. धार्मिक संस्थेची निर्मिती लोकांच्या विशिष्ट गरजा पूर्ण करण्यासाठी झालेली असते. त्यामुळे राज्याप्रमाणेच या संस्थांचेही अस्तित्व मानवी जीवनासाठी आवश्यक आहे. त्यामुळे राज्य ही एकमेवाद्वितीय संस्था आहे या एकसत्तावाद्यांच्या भूमिकेशी अनेकसत्तावादी सहमत होत नाहीत.

३) राज्यसंस्थेची मर्यादित भूमिका

विविध धार्मिक, व्यवसायिक, कुटुंबसंस्थांच्या कार्यक्षेत्रांमध्ये राज्याने हस्तक्षेप करु नये असे अनेकसत्तावाद्यांना वाटते. राज्यसंस्थेने समाजात होणाऱ्या व्यवहारांचे नियमन केले पाहिजे. राज्यसंस्थेने समाजात केवळ पंचाची भूमिका बजावली पाहिजे असे अनेकसत्तावाद्यांना वाटते. या गटागटांमधील संघर्षावर नियंत्रण ठेवण्याचे काम राज्याने करावे अशी अपेक्षा अनेकसत्तावादी धरतात.

४) राज्यसंस्थेशी संघर्ष करताना व्यक्ती एकटी नसते

एकसत्तावाद्यांच्या भूमिकेनुसार राज्य हे प्रचंड सामर्थ्य आणि प्रभाव असणारी संस्था आहे. परंतु अनेकसत्तावादी मानतात की, राज्याच्या मुकाबला हा केवळ स्वतंत्र व्यक्तीसोबत नसतो; तर स्वतंत्रपणे विकसित झालेल्या आणि

स्वतंत्रपणे काम करणाऱ्या अनेक संस्थांशी राज्याची स्पर्धा असते. इतिहासात अनेक उदाहरणे आहेत की, जेव्हा राज्यसंस्था आणि धर्मसंस्था यांमध्ये संघर्ष होऊन धर्मसंस्थेची अधिमान्यता राज्याला स्वीकारावी लागली होती; जागतिकीकरणाच्या काळात देखील अनेक बहुराष्ट्रीय कंपन्या, बिगरशासकीय संस्था या राज्याच्या सार्वभौमत्वाला आव्हान देतात. व्यक्तींना अशा अनेक संस्थांचे कवच लाभल्याने राज्याशी व्यक्तीचा स्वतंत्रपणे संघर्ष होत नाही.

५) राज्यसंस्था ही कायद्याचा मूलस्रोत नाही

एकसत्तावादी मानतात की राज्यसंस्था ही कायद्याचा मूलस्रोत असते. परंतु हा विचार अनेकसत्तावाद्यांना मान्य नाही. ते म्हणतात की, समाजातील विविध संस्थांची निर्मितीच मुळात लोकांनी स्वतःच्या सोयीनुसार केलेली आहे. कायदे म्हणजे दैनंदिन व्यवहार सुरळीत पार पाडण्यासाठी लोकांनी निर्माण केलेले नियम असतात. कायद्यांची निर्मिती ही देखील अनेकदा जनतेच्या मागणीनुसार होत असते. त्यामुळे कायद्यांचा मूलस्रोत राज्यसंस्था नसून समाज असतो, असे अनेकसत्तावाद्यांचे मत आहे.

६) उपयुक्ततेनुसार महत्त्व

राज्यसंस्था ही जरी सामाजिक गरजेतून निर्माण झालेली असली तरी ती उपयुक्त ठरत असेल तरच लोक तिला अधिमान्यता देतात. समाजाच्या हिताच्या विरोधात किंवा निरंकुशपणे तिने सत्तेचा गैरवापर केला तर तिला बदलविण्याचा अधिकार लोकांना असतो. त्यामुळे राज्यसंस्थेची अधिमान्यता तिच्या उपयुक्ततेनुसार ठरत असते.

७) राज्यापेक्षा कायदा श्रेष्ठ

एकसत्तावादी असे मानतात की, राज्य हेच कायद्याचा मूलस्रोत आहे. कायद्यापेक्षा राज्य हेच श्रेष्ठ आहे. परंतु ही भूमिका अनेकसत्तावाद्यांना मान्य नाही. राज्यसंस्थेची अधिमान्यता तिच्या उपयोगितेवर आधारित असते. राज्य किती सार्वभौम आहे यावरून त्याची अधिमान्यता ठरत नाही. आधुनिक काळात तर राज्यघटनांचा स्वीकार करून अनेक देशांनी राज्यापेक्षा घटनेला श्रेष्ठत्व दिले आहे. भारतात भाजपला स्पष्ट बहुमत मिळून देखील पक्ष म्हणतो की, आम्ही संविधानानुसार राज्यकारभार करू. थोडक्यात, 'राज्यापेक्षा कायदा श्रेष्ठ आहे' हेच तत्त्व यातून प्रतिपादित होते.

अनेकसत्तावादी सिद्धान्तावरील आक्षेप

सार्वभौमत्वाच्या एकसत्तावादी भूमिकेचा जरी अनेकसत्तावाद्यांनी प्रतिवाद केलेला असला तरी त्यांची भूमिका स्पष्ट नाही. त्यांच्या मांडणीमध्ये अनेक त्रुटी आढळतात. त्या पुढीलप्रमाणे सांगता येतील –

१) अराजकतेचा धोका

अनेकसत्तावाद्यांच्या म्हणण्यानुसार जर राज्यसत्तेचे सार्वभौमत्व समाजातील विविध संस्थांमध्ये विभागले तर अराजकता निर्माण होण्याची शक्यता आहे. राज्यसंस्थेचा दर्जा इतर सामाजिक संस्थांना दिला तर त्यापासून अनेक धोके निर्माण होतील.

२) पंचाचे काम करणे अशक्य

अनेकसत्तावाद्यांची अशी भूमिका आहे की त्यांनी समाजातील विविध संस्थांच्या संघर्षामध्ये पंचाची भूमिका बजवावी. परंतु राज्यसत्तेला जर सार्वभौमत्व नसेल तर अशी भूमिका बजावणे तिला शक्य नाही. सामाजिक संस्थांच्या वर्तनावर नियंत्रण ठेवण्यासाठी तिला सार्वभौम सत्ता देणे आवश्यक आहे.

३) सार्वभौमत्वाची विभागणी अशक्य

सार्वभौमत्व हे राज्याचे व्यवच्छेदक लक्षण आहे. त्याची विभागणी जर समाजातील विविध गटांमध्ये केली तर तो सार्वभौमत्वाचा अंत ठरेल; कारण सार्वभौमत्व हे अविभाज्य असते. ते अदेय असते. सार्वभौमत्वाची विभागणी केली तर राज्याचे अस्तित्वच धोक्यात येऊ शकते.

४) विविध सामाजिक संस्थांमधील हितसंबंधांचा संघर्ष

समाजातील विविध संस्था कार्य करताना एकमेकांच्या कार्यक्षेत्रात हस्तक्षेप करू शकतात. परस्परविरोधी हितसंबंधांमुळे त्या परस्परांच्या विरोधात संघर्षाची भूमिकाही घेऊ शकतात. समाजात भांडवलदार आणि कामगार असे दोन समूह मानले तर त्यांचे हितसंबंध एकमेकांना पूरक कधीच असणार नाहीत. दोघांमध्ये हितसंबंधांवरून संघर्ष होण्याची दाट शक्यता आहे. अशा वेळी जर राज्य सार्वभौम नसेल तर हे संघर्ष मिटविणे त्याला शक्य होणार नाही. पर्यायाने राज्याच्या अस्तित्वावरच प्रश्नचिन्ह निर्माण होतील.

५) परस्परविरोधी भूमिका

राज्यसंस्था ही इतर सामाजिक संस्थांपेक्षा वेगळी आणि सर्वसमावेशक आहे असे अनेकसत्तावाद्यांना मान्य आहे. समूहांतील संघर्षाचे निवारण करण्याची

जबाबदारी राज्यावर आहे हे देखील त्यांना मान्य आहे. दंडशक्तीचा अधिमान्य वापर करण्याचा राज्याचा अधिकारही ते मान्य करतात. परंतु त्याचवेळी त्यांची राज्याची दंडात्मक कारवाई करण्याची शक्तीच हिरावून घेऊ पाहतात. या दोन भूमिका परस्परविरोधी आहेत. राज्याचे रक्षण, सक्तीची करवसुली करण्यासाठी राज्याकडे सार्वभौमत्व असणे आवश्यक आहे.

सारांश

सार्वभौमत्वाचे एकसत्तावादी व अनेक सत्तावादी हे महत्त्वाचे दोन सिद्धान्त आहेत. एकसत्तावाद्यांच्या मते, राज्य ही सर्वश्रेष्ठ व अंतिम सार्वभौम सत्ता आहे तर अनेकसत्तावाद्यांच्या मते, राज्यसंस्थे इतकेच महत्त्व इतर संस्थांना असले पाहिजे. राज्याने मध्यस्थाची भूमिका पार पाडावी. अशाप्रकारे सार्वभौमत्वाचे सिद्धान्त स्पष्ट करता येतात.

सराव प्रश्न

१) सार्वभौमत्वाचा अर्थ स्पष्ट करा.

२) सार्वभौमत्वाची वैशिष्ट्ये लिहा.

३) सार्वभौमत्वाचे सिद्धान्त सांगा.

प्रकरण आठवे

जागतिकीकरण
(Globalisation)

अ) व्याख्या, अर्थ (Definition, Meaning)

ब) जागतिकीकरणाचे परिणाम (Impact of Globalisation)

अ) व्याख्या, अर्थ

प्रस्तावना

१९५० नंतर जगाच्या राजकारणात जागतिकीकरणाच्या तत्त्वज्ञानाला महत्त्व प्राप्त झाले. डेव्हिड इस्टन या विचारवंतने राजकीय व्यवस्था नावाचा ग्रंथ लिहिला. हा ग्रंथ प्रसिद्ध झाल्यानंतर जागतिकीकरणाच्या प्रक्रियेला प्रारंभ झालेला दिसतो. अमेरिकेने सर्वप्रथम आर्थिक उदारमतवादाचा पुरस्कार केला. त्याचे अनुकरण करताना बऱ्याच देशांनी खाजगीकरणाला चालना दिली. जागतिकीकरण ही संकल्पना स्वीकारताना अनेक देशाच्या अर्थव्यस्थाही डळमळीत झाल्या. सोव्हिएट रशियाचे विघटन खाजगीकरणातून झाले. जागतिक राजकरणातील वर्चस्वाला लढा देण्याच्या हेतूने ज्या ज्या देशांनी खाजगीकरणाला महत्त्व दिले, प्राधान्य दिले, त्यांचा मूळ हेतू दूर राहिला. आर्थिक जागतिकीकरणाचा हा राजकीय परिणाम होता. आंतरराष्ट्रीय राजकरणाने, त्याच्या तत्त्वज्ञानाने जागतिकीकरणाला नवा अर्थ देण्याचा प्रयत्न केला. बऱ्याच युरोपियन देशांनी उदरीकरणाच्या नावाखाली खाजगीकरणाला अतिमहत्त्व दिले. जागतिकीकरणाची संकल्पना आर्थिक वाटत असली तरी प्रत्यक्षात ती आंतरराष्ट्रीय राजकारण व देशांतर्गत राजकीय व्यवस्थेशी संबंधित आहे.

जागतिकीकरणातून एक नवी जागतिक व्यवस्था आकारता येईल आणि सर्वच देशांच्या दृष्टीने ती हिताची असेल असे जागतिकीकरणाचे समर्थक मानतात

तर जागतिकीकरणाची प्रक्रिया ही प्रगत राष्ट्रांच्या हिताची आणि विकसनशील देशांवर अन्याय करणारी असून त्यातून नवा वसाहतवाद निर्माण होईल, असे मत जागतिकीकरणाचे विरोधक व्यक्त करतात. जागतिकीकरण हा विषय विवाद्य बनला आहे. काही देश व गट या प्रक्रियेचे स्वागत करत आहेत; तर काही सामाजिक गटांचा तिला विरोध आहे. विकसनशीलच नव्हे तर विकसित देशांतीलही काही सामाजिक गट जागतिकीकरणास विरोध करताना दिसतात.

जागतिकीकरणाचा अर्थ व स्वरूप (Meaning & Nature of Globalization)

जागतिकीकरणाला सार्वत्रिकीकरण किंवा वैश्विकरण असे म्हटले जाते. दुसऱ्या महायुद्धानंतर हे तत्त्वज्ञान उदयाला आले कारण नव्याने स्वतंत्र झालेली बरीच राष्ट्रे आर्थिक दृष्टीने दुर्बळ होती. त्या सर्वांनी लोकशाहीचा स्वीकार केल्यानंतर त्यांचे राजकीय तत्त्वज्ञान समान बनले आणि जागतिकीकरणाला नवे परिमाण मिळाले. जागतिकीकरणाच्या प्रक्रियेत राष्ट्रा-राष्ट्रांमध्ये अधिकाधिक मुक्त आर्थिक व्यापारी संबंध निर्माण होणे अभिप्रेत आहे. उत्पादने, भांडवल सेवा, तंत्रज्ञान इत्यादींच्या देवाणघेवाणीवर वेगवेगळ्या राष्ट्रांनी घातलेले निर्बंध दूर करून त्यांचा सीमापार मुक्त प्रवाह निर्माण करणारी प्रक्रिया म्हणजे जागतिकीकरण होय; म्हणूनच जागतिकीकरण ही मुक्त व्यापार आणि मुक्त बाजारपेठा निर्माण करून जगाचे आर्थिक व्यापारी एकीकरण साधणारी प्रक्रिया आहे असे तिचे वर्णन केले जाते.

व्याख्या

१) एडवर्ड हार्मन : जागतिकीकरण ही उत्पादने, भांडवल, सेवा आणि आर्थिक संबंध यांचा सीमापार वाढता प्रवाह दर्शविणारी प्रक्रिया आहे.

२) जागतिक बँक : उपभोग्य वस्तुंसह सर्व वस्तूंच्या आयतीवरील निर्बंध टप्प्याटप्प्याने रद्द करून आणि सार्वजनिक क्षेत्रातील उद्योगांचे खाजगीकरण करणे म्हणजे जागतिकीकरण होय.

३) संयुक्त राष्ट्रे : जागतिक सहकार्यामधून नवी राजकीय व्यवस्था स्थिर करून विकसित करणे आणि त्या राष्ट्रांचा सर्वांगीण विकास करणे म्हणजे जागतिकीकरण होय.

४) कॉक्स व कॉर्टन : जागतिक भांडवलशाहीतून निर्माण झालेल्या बहू-राष्ट्रीय कंपन्या, संस्था यांचा प्रभाव असणारी आंतरराष्ट्रीय राजकीय आणि आर्थिक व्यवस्थेत राष्ट्रांची भूमिका मर्यादित करणारी प्रक्रिया म्हणजे जागतिकीकरण होय.

या व्याख्या जागतिकीकरणाचा केवळ आर्थिक पैलू दाखविणाऱ्या आहेत.

वस्तुत: जागतिकीकरण ही संकल्पना विविध पैलू असणारी आणि व्यापक स्वरूपाची आहे. या प्रक्रियेत आर्थिक घटक हा प्रधान घटक आहे, हे खरे! तरी तो एकमेव घटक या प्रक्रियेत नाही. सामाजिक, राजकीय, सांस्कृतिक, पर्यावरण विषयक अशी मानवी जीवनाची इतर क्षेत्रेही जागतिकीकरणाच्या प्रक्रियेने व्यापली आहेत, कारण राष्ट्राराष्ट्रांत असे विविध प्रकारचे संबंध पूर्वीही होत फक्त आजच्या जागतिकीकरणाच्या प्रक्रियेत ते अधिक व्यापक बनले आहेत एवढेच! म्हणून असे म्हणता येईल की, मानवी जीवनाच्या आर्थिक, सामाजिक, राजकीय, सांस्कृतिक, पर्यावरण विषयक अशा सर्व क्षेत्रांत व्यापक, सखोल आणि वेगवान असे परस्पर संबंध प्रस्थापित करणारी प्रक्रिया हा जागतिकीकरण या संज्ञेचा अर्थ आहे.

अशा प्रकारे जागतिकीकरण ही

१) उत्पादने, सेवा, भांडवल, लोक, माहिती, तंत्रज्ञान आणि संस्कृती यांचे सीमापार वाढते प्रवाह निर्माण करणारी प्रकिया आहे.

२) राष्ट्र–राष्ट्रांत आंतरक्रिया वाढविणारी मुक्त व्यापारांचे तत्त्व अंमलात आणणारी, आंतरराष्ट्रीय संघटना, क्षेत्रीय संघटना, बहुराष्ट्रीय कंपन्या, बिगर शासकीय संघटना यांची ज्यात महत्त्वाची भूमिका आहे अशी ती प्रक्रिया आहे.

३) या प्रक्रियेतून जगाच्या वेगवेगळ्या भागात राहणाऱ्या मानवी समूहातील अलगता कमी होऊन, जागतिक व आर्थिक स्वरूपाची राजकीय व्यवस्था तसेच जागतिक संस्कृती उदयाला येईल अशी अपेक्षा व्यक्त केली जाते.

जागतिकीकरणाचे स्वरूप

जगाच्या वेगवेगळ्या प्रदेशात राहणाऱ्या लोकसमूहांचा परस्परांशी संपर्क येणे. त्यांच्यात विविध प्रकारच्या आंतरक्रिया किंवा परस्परसंबंध निर्माण होणे ही नवी घटना नाही. आधुनिक काळात युरोपीय देशांनी आपली साम्राज्य निर्माण केली. पाश्चात्त्य संस्कृती, आचार–विचार यांचा संबंध आशिया–आफ्रिका व अमेरिका खंडातील लोकांशी आला. ब्रिटिश साम्राज्य हे त्यातले सर्वांत मोठे साम्राज्य होते. स्थलांतर या कारणामुळेही आंतरराष्ट्रीय व्यापार मोठ्या प्रमाणात वाढला.

जागतिकीकरणाची संकल्पना ही जागतिक जागतिकीकरणाची उत्पत्ती आहे. युनोच्या निर्मितीमुळे राजकीय व बिगरराजकीय क्षेत्रात काम करणाऱ्या संघटनांमध्ये समन्वय निर्माण झाला त्यातून जागतिकीकरणाच्या प्रक्रियेस सुरुवात झाली. १९९० नंतर जागतिकीकरणाची प्रक्रिया अधिक वेगवान बनली. रशिया व पूर्व युरोपातील देशातील साम्यवादी शासनव्यवस्था संपुष्टात आली व त्या देशात लोकशाहीचा उदय झाला. जगात होत असलेले लोकशाहीकरण जागतिकीकरणाला उपकारक ठरले

आहे; कारण त्यामुळे विविध देशांच्या आर्थिक धोरणांत एकसारखेपणा येऊ लागला आहे. संयुक्त राष्ट्रांच्या निर्मितीमुळे राजकीय व बिगर राजकीय क्षेत्रात काम करणाऱ्या संघटनांमध्ये समन्वय निर्माण झाला. आंतरराष्ट्रीय राजकारणाला प्रारंभ झाला. विश्वव्यापी संघटना म्हणून संयुक्त राष्ट्रांना मान्यता मिळाली; त्यातून जागतिकीकरणाची प्रक्रिया सुरू झाली. जागतिकीकरणाचे स्वरूप पुढीलप्रमाणे –

अ) जागतिकीकरणाचे आर्थिक स्वरूप

१९५० पर्यंत जागतिक बाजारपेठेवर ठराविक राष्ट्रांचा प्रभाव होता. दुसऱ्या महायुद्धांनतर जागतिक आर्थिक परिस्थितीत बदल झाला. विज्ञान, तंत्रज्ञान वापरून सर्व देशांनी आपापल्या भांडवलाचा विकास केला. १९४४ साली अमेरिकेतील ब्रिटनवूड येथे ४४ देशांची परिषद भरली. या देशांच्या मान्यतेनुसार जागतिक बँक व आंतरराष्ट्रीय नाणेनिधीचा उदय झाला. पुढे गॅट कराराने आर्थिक क्षेत्रात जागतिकीकरणाला प्रारंभ झाला. १९५० पर्यंत आर्थिक सुबत्ता असणारे देश गरीब देशांची पिळवणूक करीत होते. गॅट कराराने सर्व लहान-मोठ्या देशांना समान न्यायाची व मुक्त व्यापाराची संधी मिळाली. १ जानेवारी १९४८ साली गॅट कराराची प्रत्यक्ष अंमलबजावणी सुरू झाली. रशिया, चीन, भारत, ब्राझील या देशांमध्ये औद्योगिक परिवर्तन झाले.

१) **भांडवलाचे जागतिकीकरण :** दळणवळणाच्या साधनांच्या विकासामुळे विविध देशांचा संपर्क वाढला. उच्च गुणवता व विक्रीच्या झटपट व्यवस्थेमुळे जागतिक व्यापारात भर पडली. गुणवत्तेत ग्राहकहिताला महत्त्व आले. त्यातून विदेशी गुंतवणूक महत्त्वाची ठरली. तंत्रज्ञान व आर्थिक विकासात सहकार्याचे प्रमाण वाढले. त्यातून गरीबदेशांना परदेशी भांडवल सहज उपलब्ध होऊन उद्योगधंदे विकसित झाले. त्यातून भांडवलाचे जागतिकीकरण करण्यात आले.

२) **जागतिक व्यापार संघटना** (W.T.O.) : इंधन क्षेत्रात युरोपीयन देशांची व औद्योगिक वस्तुनिर्मितीवर अमेरिकेची मक्तेदारी होती. उरुग्वे येथे डंकेल प्रस्तावावर चर्चा होऊन जागतिक स्तरावर व्यापार संघटना प्रस्थापित झाली या संघटनेचे सुमारे १४४ देश सदस्य आहेत. या जागतिक व्यापार संघटनेने जागतिक व्यापार क्षेत्रातील वाईट प्रथांना मुठमाती दिली. उत्पादक या नात्याने सर्व राष्ट्रांना समान दर्जा मिळाला.

३) **अविकसित देशांचा आर्थिक विकास :** दुसऱ्या महायुद्धापूर्वी अनेक राष्ट्रे बौद्धिक, सांस्कृतिक, राजकीय व आर्थिक क्षेत्रांत अविकसित होती. बाजारपेठ, तंत्रज्ञान आणि भांडवलाच्या क्षेत्रामध्ये जागतिकीकरणामुळे जागतिक स्तरावर

सहकार्य सुरू झाले. या देशांना समान दर्जा व प्रतिष्ठा मिळाली. आर्थिक दुर्बल देशांना क्षेत्रातून भांडवल उपलब्ध झाले.

४) **संमिश्र अर्थव्यवस्था :** भांडवलशाही आणि साम्यवाद अशा दोन प्रकारांमध्ये जागतिक अर्थव्यवस्था विभागली गेली होती. आर्थिक क्षेत्रातील जागतिकीकरणाने खुली अर्थव्यवस्था स्वीकारली. भांडवलशाही व साम्यवाद यांचामध्ये समन्वय साधण्याचा प्रयत्न समाजवादी देशांनी केला.

ब) जागतिकीकरणाचे राजकीय स्वरूप

जागतिकीकरणाची प्रक्रिया सुरू होण्यापूर्वी विसाव्या शतकाच्या मध्यानंतर खऱ्या अर्थाने राजकीय क्षेत्रात जागतिकीकरण सुरू झाले. नव्या आंतरराष्ट्रीय प्रवाहाने युरोपियन देशांच्या मक्तेदारीत फरक पडू लागला. दुसऱ्या महायुद्धानंतर साम्राज्यवाद संपुष्टात आला. लोकशाही व साम्यवाद या दोनच विचारप्रणाली प्रभावी ठरल्या. विकासाचे नवीन तत्त्वज्ञान सुरू झाले. पारंपरिक राजकीय तत्त्वज्ञानाची जागा आधुनिक राजकीय विश्लेषणाने घेतली. बदलत्या आंतरराष्ट्रीय राजकारणाच्या सामूहिक परिणामातून संमिश्र राजकीय संस्कृती व राजकीय व्यवस्था निर्माण झाल्या.

१) **जागतिक राजकारणाचे विकेंद्रीकरण झाले :** जागतिकीकरणाची प्रक्रिया सुरू होण्यापूर्वी आंतरराष्ट्रीय राजकारणाचे मूठभर देशांच्या हातात केंद्रीकरण झाले होते. जागतिकीकरणामुळे या देशांच्या अनियंत्रित सत्तेला तडा जाऊन नवी सत्ता-केंद्रं निर्माण झाली. १९४५ नंतर जागतिकीकरणाच्या प्रचंड रेट्यामुळे जागतिक सत्तेचा समतोल बदलला. युरोप, अमेरिका, रशियाच्या सत्ता स्पर्धेला शह बसला. अशिया व आफ्रिका खंडातील अविकसित देशांची तटस्थ राष्ट्र परिषद निर्माण झाली. जागतिक राजकारण विकेंद्रीकरणाकडे झुकू लागले.

२) **राज्यशास्त्राला नवे स्वरूप मिळाले :** जागतिकीकरणाच्या प्रक्रियेला १९५० नंतर मोठी गती मिळाली. त्याचा राज्यशास्त्रावर परिणाम झाला. राज्यशास्त्रात तत्त्वज्ञानाची मांडणी नव्या स्वरूपात सुरू झाली; म्हणून १९५० नंतरच्या राज्यशास्त्राला 'आधुनिक राजकीय विश्लेषणाचे राज्यशास्त्र' असे म्हटले गेले. नव्या राज्यशास्त्रानुसार अनेक देशांनी स्वतःच्या जुन्या व्यवस्था बदलल्या. वर्तनवादाच्या परिणामांमधून विविध राजकीय प्रयोग सुरू झाले.

३) **युरोपियन मक्तेदारीला शह बसला :** जागतिकीकरणापूर्वी जागतिक राजकारणावर युरोपियन देशांची मक्तेदारी होती त्या देशांनी साम्राज्यवाद

निर्माण करून आर्थिक सत्ता केंद्रित केली होती. सांस्कृतिक, बौद्धिक, शैक्षणिक व धार्मिक क्षेत्रातही त्यांचे वर्चस्व होते. परंतु दुसऱ्या महायुद्धामुळे युरोपीय देश आर्थिक व राजकीय दृष्टीने दुर्बल झाले. संपूर्ण जगात नवे तंत्रज्ञान, अर्थव्यवस्था व बौद्धिक व्यवस्थांची निर्मिती केंद्रे सुरू झाली; युरोपियन मक्तेदारी कमकुवत बनली.

४) **नव्या राजकीय व्यवस्थांची सुरुवात :** १९१९ ते १९३९ या वीस वर्षांच्या काळात राजेशाही बरोबरच हुकूमशाही आणि साम्यवाद यांचेही अस्तित्व होते. अमेरिकेने लोकशाहीचा प्रचार केला. दुसऱ्या महायुद्धाने राजेशाही व हुकूमशाही संपली. संयुक्त राष्ट्रांच्या प्रयत्नाने साम्राज्यवाद व वसाहवाद संपला. जगामध्ये राष्ट्रीय स्वातंत्र्याचे नवे पर्व सुरू झाले. विविध प्रकारचे व्यवस्थात्मक राजकीय तत्त्वज्ञान अस्तित्वात आले. लोकशाहीचे अनेक प्रयोग करण्यात आले.

५) **संमिश्र जागतिक राजकीय तत्त्वज्ञान :** दुसऱ्या महायुद्धानंतर जागतिक क्षेत्रामध्ये नव्या तत्त्वज्ञानाला प्रारंभ झाला. साम्यवाद व लोकशाही अशा दोन तत्त्वज्ञानाच्या प्रभावाखाली संमिश्र जागतिक राजकीय तत्त्वज्ञान पुढे आले. मुक्त अर्थव्यवस्थेला प्राधान्य देणारे ठरले.

क) जागतिकीकरणाचे सामाजिक स्वरूप

जागतिकीकरणामुळे सामाजिक तत्त्वज्ञान व सामाजिक स्तरीकरणात मोठा बदल झाला. बौद्धिक आणि तत्त्वज्ञानाच्या क्षेत्रांमध्ये बदलात्मक आणि क्रांतिकारक विचार पुढे आले. माहिती व तंत्रज्ञानामुळे व तंत्रज्ञानाच्या प्रगतीमुळे सामाजिक क्षेत्रातील बदल जगभर सहजासहजी पोहोचला. विचारांची देवाणघेवाण सहज सुरू झाली.

१) **जागतिक समाजव्यवस्थेतील बदल :** जागतिकीकरणामुळे पारंपरिक समाज व्यवस्थेस मोठा तडा गेला, सर्वसमावेशक अशी नवीन मूल्ये अस्तित्वात आली. समाजामध्ये मानवाने निर्माण केलेल्या विषमतेला हादरा बसला. आंतरराष्ट्रीय स्तरावर समान समाज व्यवस्था अस्तित्वात येण्याला मदत झाली.

२) **पारंपरिक वर्ग संघर्षाला विरोध :** समाजामध्ये अस्तित्वात असलेल्या वर्गाधिष्ठित समाज व्यवस्थेला जागतिकीकरणाने आव्हान दिले. आफ्रिका खंडात वर्ण तर आशिया खंडात जात यांच्या आधारावर तर युरोपात सरंजामी व्यवस्थेच्या आधारावर वर्ग अस्तित्वात होते. दुसऱ्या जागतिक महायुद्धानंतर

समाजाचे ऐतिहासिक तत्त्वज्ञान बदलत चालले. आर्थिक व वैचारिक तत्त्वज्ञान स्वीकारले; यातून वैयक्तिक व सामाजिक बदल घडला.

३) **मूल्यावर आधारित समाज व्यवस्था :** समाजामध्ये पारंपरिक मूल्यांना विशेष महत्त्व होते. जागतिकीकरणामुळे मूल्य संघर्ष सुरू झाला. जागतिक स्तरावर टिकतील अशीच मूल्ये स्वीकारली गेली. सर्व क्षेत्रातील मानवाची प्रगती हे जागतिकीकरणाचे मुख्य उद्दिष्ट होते. जागतिकीकरणामुळे मूल्याष्ठित समाजव्यवस्था निर्माण केली गेली.

ड) जागतिकीकरणाचे सांस्कृतिक स्वरूप

पूर्वी प्रत्येक समाजावर धर्मसंस्थेचा पगडा होता. प्रत्येक संस्कृतीने आचार-विचारांसह जीवनशैलीचे स्वतंत्र तत्त्वज्ञान जोपासले. परंतु जागतिकीकरणानंतर खऱ्या अर्थाने सांस्कृतिक देवाणघेवाण सुरू झाली. बौद्धिक, शैक्षणिक व तांत्रिक क्षेत्रातील पाश्चिमात्य संस्कृतीच्या विकसनशील दृष्टिकोनामुळे पाश्चिमात्य सांस्कृतिक मूल्ये अनेकांनी स्वीकारली. सांस्कृतिक बदलाची नवा विचार पुढे आला.

१) **पाश्चिमात्य संस्कृतीचे वर्चस्व वाढले :** जागतिकीकरणाच्या प्रक्रियेमुळे सर्वच सांस्कृतिक रचनांमध्ये रचनात्मक बदल झाला. काही सांस्कृतिक मूल्ये आणि जाचक रूढी, परंपरा बदलण्याचा प्रयत्न झाला. शिक्षणाच्या माध्यमातून वैचारिक बदल करणे हे युरोपियन धर्म प्रसारकांचे मुख्य उद्दिष्ट होते. यामधून युरोपियन संस्कृती पूर्ण जगामध्ये पोहोचली.

२) **पौर्वात्य व पाश्चिमात्य संस्कृती एकत्र आल्या :** पूर्वी प्रत्येक समाजाची स्वतंत्र संस्कृती व मूल्ये होती. परंतु जागतिकीकरणाने मानवतावादाला व मानवी विकासाला महत्त्व देऊन नव्या प्रकारची नवी जागतिक संस्कृती निर्माण करण्याचा प्रयत्न केला. १९७० नंतर समाजव्यवस्था बदलू लागली. नवी जागतिक व सांस्कृतिक मूल्ये स्वीकारली गेली. जागतिक व्यापारामुळे आर्थिक विकास झाला. भौतिक प्रगतीमुळे जागतिक सहकार्य वाढले. संयुक्त राष्ट्रांच्या माध्यमातून एकमुखी जागतिक संस्कृतीचे तत्त्वज्ञान प्रस्थापित करण्याचा प्रयत्न केला आहे.

सारांश

जागतिकीकरणाचे स्वरूप केवळ आर्थिक नाही तर जागतिकीकरणाने मानवी जीवनाची सर्वच क्षेत्रे व्यापली आहेत; म्हणून जागतिकीकरणाचे सामाजिक, सांस्कृतिक, राजकीय, आर्थिक स्वरूप स्पष्ट करता येते.

ब) जागतिकीकरणाचे परिणाम

प्रस्तावना

संसूचन आणि दळणवळणाच्या साधनांमध्ये आमूलाग्र बदल झाले. इंटरनेटच्या शोधामुळे राष्ट्रातील आणि व्यक्तीमधील अंतर कमी झाले. संदेशवहन वेगाने आणि त्वरित होऊ लागले; त्यामुळे जग जवळ आले. राष्ट्रा-राष्ट्रातील अंतर कमी होत गेले. जग हे विशाल खेडे बनले. यातून जागतिकीकरणाच्या प्रक्रियेला चालना मिळाली. जागतिकीकरण म्हणजे जग जवळ येण्याची प्रक्रिया. या प्रक्रियेमुळे जगाच्या एका भागातील घटना आणि निर्णयांचा प्रभाव हा जगातील दुसऱ्या भागात जाणवू लागतो. राष्ट्रांमधील परस्परावलंबन वाढत जाते. आर्थिक, सामाजिक आणि सांस्कृतिकदृष्ट्या जग जवळ आले. आर्थिक, सामाजिक, सांस्कृतिक, राजकीय घटनांचा परिणाम देशांवर होऊ लागला. त्यातच १९९१ मध्ये साम्यवादी सोव्हिएट युनियनचे विघटन झाले. शीतयुद्धकालीन द्विध्रुवीय स्पर्धा संपली. बंदिस्त साम्यवादी अर्थव्यवस्था आणि मुक्त अर्थव्यवस्थेचा पुरस्कार करणारी अमेरिकन अर्थव्यवस्था यांच्या संघर्षात मुक्त अर्थव्यवस्थेचा विजय झाला. त्यामुळे मुक्त अर्थव्यवस्थेच्या पुरस्काराने जागतिकीकरणाच्या प्रक्रियेला चालनाच मिळाली. जागतिक राजकारणात अमेरिकेला एकमेव महासत्ता म्हणून स्थान मिळाले. अमेरिका ही खुल्या अर्थव्यवस्थेचा पुरस्कार करणारे राज्य होते आणि आहे. त्यामुळे सोव्हिएट युनियनच्या विघटनानंतर अमेरिकेने मुक्त अर्थव्यवस्थेचा पुरस्कार करावयास जगातील इतर राष्ट्रांना भाग पाडले. त्यातून खाजगीकरण, उदारीकरण आणि जागतिकीकरणाच्या प्रक्रियेला चालना मिळाली.

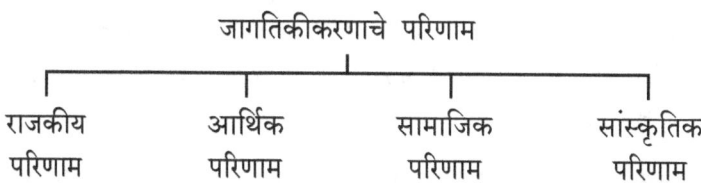

जागतिकीकरणाचे परिणाम

राजकीय परिणाम	आर्थिक परिणाम	सामाजिक परिणाम	सांस्कृतिक परिणाम

अ) राजकीय परिणाम

१) **राष्ट्र-राज्याचे महत्त्व कमी :** जागतिकीकरणाच्या अगोदर राष्ट्र-राज्याला महत्त्वाचे स्थान होते. राष्ट्र-राज्य अंतिम सार्वभौम होते. जागतिकीकरणानंतर राष्ट्र-राज्याचे महत्त्व कमी होत आहे. त्याचबरोबर राज्याचे सार्वभौमत्वही कमी होत आहे. राष्ट्र-राज्याबरोबर राजकीय संस्थांचेदेखील महत्त्व कमी होत आहे.

२) राज्याचे आर्थिक सार्वभौमत्व धोक्यात

राज्ये आर्थिकदृष्ट्या पूर्वी स्वायत्त होती. इतर राष्ट्रांवर त्यांना फारसे अवलंबून रहावे लागत नसे. परंतु, जागतिकीकरणाच्या काळात राष्ट्रीय अर्थव्यवस्थांच्या ऐवजी जागतिक अर्थव्यवस्था उदयास येऊ लागल्या; त्यातून वस्तूंचे उत्पादन, विनिमय, आणि उपभोग हे देखील जागतिक पातळीवर होऊ लागले. जागतिकीकरणाने राज्याच्या आर्थिक निर्णय घेण्याच्या स्वातंत्र्यावर गदा आणली. राष्ट्रांमधील आर्थिक परस्परावलंबन वाढल्याने आणि देवाणघेवाण वाढल्याने राज्ये आर्थिकदृष्ट्या परावलंबी बनली. या परावलंबनामुळे दुसऱ्या देशातील आर्थिक घटनांचा प्रभाव देशामध्ये जाणवू लागला. अर्थव्यवस्थेबाबत निर्णय घेण्याचे राज्यांचे स्वातंत्र्य कमी झाले. त्यातून राज्याचे आर्थिक सार्वभौमत्व धोक्यात आले.

३) इंटरनेटचे आव्हान

राज्याला विशिष्ट भूप्रदेशात दंडात्मक कारवाई करण्याचा एकाधिकार प्राप्त झालेला होता. राज्याच्या भूप्रदेशात घडणाऱ्या बेकायदेशीर कृत्यांना जबाबदार धरून नागरिकांवर कारवाई करता येत होती. जागतिकीकरणाच्या युगात इंटरनेटच्या शोधामुळे संदेशवहनाच्या क्षेत्रात आमूलाग्र बदल झाला. त्याचवेळी इंटरनेटच्या कार्यपद्धतीमुळे राज्याला त्यावर नियंत्रण ठेवणे देखील अशक्यप्राय झाले. इंटरनेट या माध्यमाचा वापर करणाऱ्या लोकांवर नियंत्रण ठेवणे राज्याला आता शक्य होत नाही. इंटरनेटवर माहिती भरणारा आणि ती प्रसारित करणारा व्यक्ती हा दुसऱ्या देशातील असू शकतो. माहिती किंवा बातमी मात्र त्याच देशात पाहता येते. आक्षेपार्ह माहितीवर कारवाई करणे आता राज्याला अवघड बनत आहे; कारण इंटरनेट या साधनावर कोणत्याही एका देशाचे नियंत्रण नाही. इंटरनेटवर राज्याची दंडशक्ती काम करीत नाही.

४) जागतिक शासकीय व बिगर शासकीय संघटनांचा वाढता प्रभाव

जागतिकीकरणामुळे जग जवळ आले. देशा-देशांतील नागरिकांमध्ये संपर्क वाढला. त्यातून अनेक गोष्टी सुलभ झाल्या. नवीन संधी निर्माण झाल्या. त्याचबरोबर अनेक जागतिक समस्यादेखील निर्माण झाल्या. त्या समस्यांच्या सोडवणुकीसाठी अनेक आंतरराष्ट्रीय संघटनांची आवश्यकता भासू लागली. त्यातून जगात विविध आंतरराष्ट्रीय संघटनांची निर्मिती होऊ लागली. संयुक्त राष्ट्रे, जागतिक व्यापार संघटना, जागतिक आरोग्य संघटना, आंतरराष्ट्रीय

नाणेनिधी, संयुक्त राष्ट्रे अशा विविध क्षेत्रांत काम करणाऱ्या विविध आंतरशासकीय संघटनांची निर्मिती झाली. या संघटना विविध क्षेत्रांत काम करू लागल्या. राष्ट्र-राज्यांनी त्या निर्माण केल्या असल्याने त्यांनी घेतलेल्या निर्णयांना आणि धोरणांना पाठिंबा द्यावा लागतो. अनेकदा या संघटना राज्याच्या कार्यक्षेत्रांमध्ये हस्तक्षेप करून राज्यांना नको असणारी धोरणे त्यांना स्वीकारणे भाग पाडतात. उदा. जागतिक व्यापार संघटना अनेकदा राज्यांना नको असलेली धोरणे स्वीकारावयास भाग पाडते. याशिवाय बिगर शासकीय संघटनांमध्ये प्रचंड वाढ झालेली आहे. कोणत्याही देशातील व्यक्ती या संघटनेचा सभासद होवू शकत असल्याने कोठेही घडलेल्या घटनेबाबत जागतिक लोकमत तयार होत आहे.

५) दहशतवादामध्ये वाढ

जागतिकीकरणाच्या संधीचा फायदा दहशतवादीदेखील घेताना दिसतात. दहशतवादाचा अवलंब करताना ते अनेक देशांतील नागरिकांची मदत घेतात. त्यामुळे त्यांच्यावर नियंत्रण ठेवणे कोणत्याही एका देशाला शक्य होत नाही. दहशतवादी राज्याच्या दंडात्मक कारवाई करण्याच्या अधिकारावर घाला घालतात. भारतात मुंबई मध्ये २००८ साली पाकिस्तानमधील दहशतवाद्यांनी हल्ला केला. या दहशतवाद्यांना आणि त्या हल्ल्यामागील सूत्रधारांना पकडणे भारताला आजपर्यंत शक्य झाले नाही. दहशतवादी राज्याच्या कार्यक्षेत्रातील बाहेरील असल्यामुळे त्यांच्यावर कारवाई करणे शक्य होत नाही. दहशतवादी कारवाया जागतिकीकरणामुळे वाढल्या आहेत.

६) जागतिक नागरी समाजामध्ये वाढ

जागतिकीकरणामुळे जागतिक नागरी समाज उदयाला आला आहे व त्यामध्ये प्रचंड वाढ होत आहे. बहुविविधता असणारा असा हा नागरी समाज आहे. जगामध्ये घडणाऱ्या कोणत्याही घटनेबाबत नागरी समाज आपली प्रतिक्रिया देत आहे.

७) उजव्या विचारसरणीचा प्रभाव वाढला

जगामध्ये डावी व उजवी अशा दोन विचारप्रणाली आहेत. जागतिकीकरणाच्या अगोदर संपूर्ण जगभर डावी विचारप्रणाली प्रबळ होती. जगातील अनेक देशात साम्यवादी व्यवस्था स्वीकारली गेली होती; परंतु जागतिकीकरणानंतर उजवी विचारप्रणाली सर्वच देशांमध्ये प्रभावी ठरत आहे.

ब) आर्थिक परिणाम

१) बहुराष्ट्रीय कंपन्या

आज जगात अनेक बहुराष्ट्रीय कंपन्या कार्यरत आहेत. या कंपन्यांची आर्थिक ताकद ही अनेक राज्यांच्या आर्थिक क्षमतेपेक्षा कितीतरी पट अधिक आहे. या कंपन्यांचा विस्तार अनेक देशांमध्ये झालेला आहे. बहुराष्ट्रीय कंपन्या अनेकदा राज्याच्या सार्वभौमत्वावर प्रश्नचिन्ह उभे करतात. आपल्या आर्थिक क्षमतांचा आणि बलाढ्य राष्ट्रांशी असलेल्या संबंधांचा फायदा घेऊन राज्यांना हवे ते धोरण स्वीकारायला लावतात किंवा धोरणं बदलण्यास भाग पाडतात. देशाने अनुकूल भूमिका घेतली नाही तर देश सोडून जाण्याची धमकी देतात किंवा प्रत्यक्षात जातात देखील. परकीय गुंतवणुकीवर देशाचा आर्थिक विकास दर अवलंबून असल्याने देश या कंपन्यांना दुखावत नाही. वेळप्रसंगी तडजोडीची भूमिका स्वीकारतात. थोडक्यात, बहुराष्ट्रीय कंपन्यांचे प्राबल्य जागतिकीकरणामुळे वाढले आहे.

२) परकीय गुंतवणूक

जागतिकीकरणाच्या काळात खाजगीकरण, उदारीकरण आणि परकीय गुंतवणुकीद्वारे राज्ये आर्थिक विकास करताना दिसतात. राज्यांच्या विकासासाठी अनेकदा भांडवल आणि तंत्रज्ञानाची आवश्यकता असते. हे भांडवल आणि तंत्रज्ञान आज अनेक देश (पाश्चिमात्य प्रगत राज्ये) निर्यात करताना दिसतात. मात्र ही गुंतवणूक करताना गुंतवणूकदार हे राज्यांना अनेक जाचक अटी स्वीकारवयास भाग पाडतात. राज्यांनी परवानगी नाकारल्यास भांडवल काढून घेतात. त्याचा विपरीत परिणाम यजमान राज्याच्या अर्थव्यवस्थेवर होतो. अनेकदा त्या राज्यांमध्ये आर्थिक मंदी येते. भांडवलाच्या आवागमनावर देशाचे कोणतेही नियंत्रण राहिलेले नाही. जागतिकीकरणामुळे राज्ये आर्थिकदृष्ट्या हतबल झालेली दिसतात.

३) परकीय चलनाशी देशी चलन जोडलेले

आज जगातील अनेक राष्ट्रांनी आपले चलन आंतरराष्ट्रीय चलनाशी जोडले आहे. जेव्हा त्या देशाची आयात वाढते आणि निर्यात कमी होते तेव्हा त्या देशाच्या चलनाचे अवमूल्यन होण्यास सुरुवात होते. चलनाचे मूल्य प्रत्यक्ष आंतरराष्ट्रीय चलनाशी जोडल्याने आंतरराष्ट्रीय घटनांचा प्रभाव चलनाच्या मूल्यावर पडतो. थोडक्यात, राज्याची चलनाचे मूल्ये ठरविण्याची क्षमता देखील जागतिकीकरणामुळे कमी होत चाललेली दिसते.

४) नवउदारमतवादी धोरण स्वीकारण्याचा आग्रह

जागतिकीकरणाचे पुरस्कर्ते राज्ये आणि संस्था अनेकदा राज्यांना नवउदारमतवादी आर्थिक धोरणे स्वीकारण्यास भाग पाडतात. नवउदारमतवादी धोरणांनुसार राज्याने अर्थव्यस्थेमध्ये कमीत कमी हस्तक्षेप करावा असे अभिप्रेत आहे. या धोरणांनुसार राज्यांना अनुदानात कपात करावयास भाग पाडले जाते. त्यांना वित्तीय तूट कमी करावयास सांगितले जाते. सार्वजनिक उद्योगसमूहांचे खाजगीकरण, अर्थव्यवस्थेचे उदारीकरण करावयास भाग पाडले जाते. श्रीमंतांवरील कर कमी करणे, कल्याणकारी योजना बंद करणे अशा स्वरूपाची बंधने राज्यावर टाकली जातात. ती अमान्य करणाऱ्यांना आंतरराष्ट्रीय संस्था आर्थिक मदत देत नाहीत. या सर्व धोरणांचा दुष्परिणाम समाजातील दुर्बल घटकांना भोगावा लागतो.

५) आर्थिक संस्थांना महत्त्व

जागतिकीकरणाने राजकीय संस्थांचे महत्त्व कमी केले आहे व आर्थिक संस्थांचे महत्त्व वाढविले आहे. जागतिक बँक, आंतरराष्ट्रीय नाणेनिधी, युरोपियन समुदाय यासारख्या अनेक आंतरराष्ट्रीय आर्थिक संस्थांचे महत्त्व वाढलेले दिसते. त्याचबरोबर त्याची जागतिक राजकारणातील भूमिकादेखील महत्त्वपूर्ण ठरत आहे.

क) सामाजिक परिणाम

जागतिकीकरणाने सामाजिक रचना, सामाजिक संस्था यांच्यावर परिणाम केलेलाअ आहे. सामाजिक रचनांमध्ये बदल घडून येत आहे. कुटुंबसंस्थेसारख्या सामाजिक संस्थांपुढे जागतिकीकरणाने आव्हान निर्माण केले आहे. संस्कृती, भाषा, सामाजिक रूढी, नैतिकता यावर परिणाम झाला आहे. जीवनाच्या सर्व क्षेत्रात महिलांचा सहभाग वाढत आहे. जागतिकीकरणामुळे सामाजिक न्याय धोक्यात आला आहे. एकूणच जीवन, काम करण्याची पद्धत यामध्ये जागतिकीकरणाने आमूलाग्र बदल घडवून आणला आहे.

ड) सांस्कृतिक परिणाम

जागतिकीकरणाचा परिणाम संस्कृतीवरही देखील झालेला दिसतो. जगातील प्रत्येक देशाची संस्कृती वेगळी आहे. जागतिकीकरणामुळे त्या संस्कृतीमध्ये बदल होत आहे. रूढी, प्रथा, परंपरा, संकेत, दृष्टिकोन यामध्ये बदल होत आहेत. त्याचबरोबर साहित्य, सिनेमा, संगीत, अन्नधान्य, राहणीमान या सर्वांमध्येच बदल झाला आहे. जगातील सर्वच देशांच्या संस्कृतीवर पाश्चिमात्य संस्कृतीचा प्रभाव वाढत आहे.

सॅम्युअल हटिंग्टन या विचारवंताने 'The clash of civilizations and Remaking of the world order' या ग्रंथामध्ये सांस्कृतिक संघर्ष मांडला आहे. हटिंग्टनच्या मते, समकालीन जगातील संघर्ष हा राजकीय, आर्थिक असण्यापेक्षा तो सांस्कृतिक आहे. हा जागतिकीकरणाचा महत्त्वाचा सांस्कृतिक परिणाम आहे.

सारांश

जागतिकीकरण ही काळाची गरज आहे. देशाच्या विकासासाठी अर्थव्यवस्थेला गती प्राप्त होण्यासाठी ती स्वीकारणेही अपरिहार्य आहे असे बऱ्याच राष्ट्रांना वाटते. चीनसारख्या साम्यवादाचा पुरस्कार करणाऱ्या देशानेही जागतिकीकरणाचा स्वीकार केलेला आहेच, यावरून त्याची अपरिहार्यता लक्षात येते; या झंझावताला रोखणे कोणा एका व्यक्ती समूह वा राष्ट्राच्या हाती राहिले नाही. जागतिकीकरणाची संकल्पना ही नव्याने निर्माण झालेल्या भांडवलशाहीची माता आहे. जागतिकीकरणाच्या प्रक्रियेमुळे मूलभूत हक्क, कल्याणकारी राज्य, मार्गदर्शक तत्त्वे, सामाजिक व आर्थिक न्याय, लोकशाही समाजवाद, स्वातंत्र व समता अशा संकल्पनांचा, मूल्यांचा नव्याने विचार करण्याची गरज भासते आहे. किंबहुना या संकल्पनांना व मूल्यांना जबरदस्त हादरे बसत आहेत. जागतिक राज्ये, जागतिक समाज, जागतिक शासन इ. नवीन संकल्पना पुढे येत आहेत. जागतिकीकरणामुळे राजकीय, गुन्हेगारीकरण, दहशतवाद, हिंसाचार यांचे स्वरूप दिवसेंदिवस बदलत चालले असून ह्याचा परिणाम जवळजवळ सर्वच देशांच्या राजकीय जीवनावर होत आहे. एकूणच जागतिकीकरणाचे जगावर झालेले राजकीय, आर्थिक, सामाजिक व सांस्कृतिक परिणाम सांगता येतात.

सराव प्रश्न

१) जागतिकीकरणाची व्याख्या सांगून अर्थ स्पष्ट करा.

२) जागतिकीकरणाचे स्वरूप स्पष्ट करा.

३) जागतिकीकरणाचे परिणाम सांगा.

पारिभाषिक शब्द

Affirmative Action	सकारात्मक कृती
Authority	अधिसत्ता
Classiffication	वर्गीकरण
Concept	संकल्पना
Conservative	पुराणमतवादी
Dimensions	आयाम किंवा परिमाण किंवा पैलू
Democracy	लोकशाही
Direct Democracy	प्रत्यक्ष लोकशाही
Equality	समता
Equality of Opportunity	संधीची समानता
Exploitation	शोषण
Globalisation	जागतिकीकरण
Hegemony	धुरीणत्व किंवा वैचारिक प्रभुत्वाचे क्षेत्र
Justice	न्याय
Liberal	उदारमतवादी
Liberity	स्वातंत्र्य
Marxist	मार्क्सवादी
Negative Freedom	नकारात्मक स्वातंत्र्य
Participatory Democracy	सहभागी लोकशाही
Perspectives	दृष्टिकोन
Political Equality	राजकीय समता
Political Theory	राजकीय सिद्धान्त
Positive Freedom	सकारात्मक स्वातंत्र्य
Power	सत्ता
Right	हक्क
Sovereignty	सार्वभौमत्व
State	राज्य
Traditions	परंपरा

संदर्भसूची

१) काणे. प. सि., २०१०, राजकीय सिद्धान्त आधारभूत संकल्पना, पिंपळापुरे प्रकाशन, नागपूर.

२) गाबा. ओ. पी. (अनु: तुकाराम जाधव), २०१०, अन इंट्रडक्शन टू पोलिटिकल थिअरी, के'सागर पब्लिकेशन्स, पुणे.

३) भार्गव राजीव, अशोक आचार्य (अनु: हेमंत खानझोडे), २०११, राजकीय सिद्धान्त, पिअरसन प्रकाशन, नवी दिल्ली.

४) भोळे भा. ल. , १९८८, राजकीय सिद्धान्त आणि विश्लेषण, पिंपळापुरे प्रकाशन, नागपूर.

५) भोळे. भा. ल. २०११, राजकीय सिद्धान्त, पिंपळापुरे प्रकाशन, नागपूर.

६) येरणकर श्रीराम, २००५, राजकीय सिद्धान्त, साईनाथ प्रकाशन, नागपूर.

७) राजेंद्र व्होरा, सुहास पळशीकर, १९८७, राज्यशास्त्र कोष, दास्ताने प्रकाशन, पुणे.

८) B. K. Gokhale - " Political Science." Sheth & Co., Bombay 1972.

९) Bhargava Rajeev, Ashok Acharya (edit), 2008, Political Theory, Pearson Longman, New Delhi.

१०) D. D. Raphael - "Problems of Political Philosophy." Macmillan, London, 1979.

११) Derek Heater - "Contemporary Political Ideas." Longmans 1974.

१२) F. W. Coker - "Recent Political Thought." World Press. 1966.

१३) Giovami sartori - "Democratic Theory." Oxford and TBH Publishing Co., 1965.

१४) H. B. Mayo - "An introduction to Democratic Theory." Sterling, 1967.

१५) Reo Christenson (etal.) - "Ideologies and Modern Politics." Nelcon, 1972

www.ingramcontent.com/pod-product-compliance
Lightning Source LLC
Chambersburg PA
CBHW050737230626
47052CB00003BA/508
* 9 7 8 8 1 8 4 8 3 5 8 5 4 *